आमचे सह(ल)जीवन

श्रीनिवास रानडे

INDIA • SINGAPORE • MALAYSIA

ISBN
Paperback 979-8-89673-834-3
Hardcase 979-8-89699-519-7

तीर्थरूप आई अप्पांस,

हे आतील पानांवरचे "कार्टे" कसेही निपजले असले तरी तुम्हाला नक्कीच आवडले असते..

निवास

अनुक्रमणिका

प्रस्तावना

आई शप्पथ तुम्हाला सांगतो, माझ्या प्रकाशकाला मी विचारलं सुद्धा की, "एखाद्या प्रसिद्ध व्यक्तीकडून या पुस्तकाची प्रस्तावना लिहून घेऊ का? तो म्हणाला, "नका या भानगडीत पडू, कधी कधी त्यानेच पुस्तक खपत नाही." मग मलाही आठवलं की, एका पुस्तकात एक सोडून दोन जणांनी तीन- तीन पानी प्रस्तावना लिहिली होती आणि पुढे पुस्तक वाचायला सुरु करतोय तर संपले सुद्धा! म्हणून तो धोका पत्करायचा नाही असे ठरवून स्वतःच प्रस्तावना लिहीत आहे. हे पुस्तक लिहिताना मला तर प्रत्यक्ष प्रवासापेक्षा जास्त मजा आली!!! हा झाला माझा फायदा. हे पुस्तक वाचून कदाचित तुम्हाला या ठिकाणी आमच्या प्रमाणे प्रवास करायची इच्छा होईल, जे तेथे जाऊन आले आहेत त्यांना त्यांच्या त्या प्रवासाचा आनंद पुन्हा मिळू शकेल आणि ज्यांना प्रवासाची अजिबातच आवड नाही ते हे पुस्तक वाचून म्हणतील आता कशाला जाऊ...

थोडक्यात पुस्तक वाचण्यात सगळ्याचाच फायदा आहे.

वाचून पहा.....

श्रीनिवास रानडे

ऋणनिर्देश

या पुस्तकासंबंधी कोणाकोणाचे आभार मानू आणि कोणत्या क्रमाने मानू हे लिहिणे जरा अवघडच आहे. तरी प्रयत्न करतोय.

सर्वप्रथम आभार गणपती बाप्पाचे ज्याने अँग्नेस वादळात आम्हाला पोटाशी घेतले आणि ट्रिपच्या शेवटच्या दिवशी ॲमस्टरडॅमच्या गल्लीत आम्हास दर्शन दिले.

आभार त्या पायाच्या तुटलेल्या लिगामेंटचे, ज्याला बरे करण्यासाठी मला तीन आठवडे पडून राहण्याची शिक्षा मिळाली आणि निव्वळ वेळ घालवायला मी हातात पेन आणि जुनी डायरी घेतली.

आभार त्या आयर्लंडमधील कोण्या ब्लार्नी दगडाचे, ज्याला दिलेल्या चुंबनाने मी कधी नव्हे ते इतके सलग लिहू शकलो, असा मला संशय आहे.

आभार मुग्धा रानडे हिचे जिने ह्या पुस्तकात "पॅकी" चा रोल तर बजावलाच आणि त्याशिवाय हे पुस्तक प्रकाशकापर्यंत पोहोचते करण्याची सर्व ऑनलाईन धावपळ नेहेमीप्रमाणे लीलया पार पाडली.

आभार त्या साऱ्यांचे ज्यांनी माझ्या लिखाणाला उत्स्फूर्त दाद दिली आणि त्यांच्या "वा वा" मुळे हे पुस्तक छापण्याइतपत मी शेफारला गेलो!

आणि सगळ्यात शेवटी आणि महत्वाचे आभार मानायचे आहेत ते सौ. वीणा रानडे हिचे!

वीणाशी सहज बोलता बोलता जेव्हा पुस्तकाचा विषय निघाला तेव्हा "मी तुला पुस्तक एडिट करायला नुसती मदत करीन" असे न बोलता "ते करायला मला खूप आवडेलही!!!" असे जेव्हा ती म्हणाली तेव्हा मला कळले की, माझे व्याकरण सुधारायला त्यात टिंब, अनुस्वार, उद्गारचिन्ह योग्य ठिकाणी द्यायला मला अजून योग्य माणूस मिळणे कठीण आहे! माझ्या लवकरात लवकर आपल्याला पुस्तक तयार करुन पाठवायचे आहे, या हट्टापायी तिने प्रचंड मेहनत घेऊन प्रत्येक काना, मात्रा सुधारुन मला ते वेळेवर हातात दिले आणि एवढेच नव्हे तर पुस्तकात व्यक्ती आणि प्रसंगानुरुप काही चित्रे टाकायची नुसतीच सूचना न देता ते करण्यास योग्य कलाकारही मिळवून दिला!

सर्वांना धन्यवाद.

श्रीनिवास रानडे.

पूर्वतयारी

काही गोष्टींबद्दल, जागांबद्दल (आणि व्यक्तींबद्दल सुद्धा) आपण एवढे अज्ञानी, अनभिज्ञ असतो की जणू त्या अस्तित्वातच नसाव्यात. मग त्यांच्यामधे काय काय घडत असेल? त्यांचे रंग, रूप, आकार, वास, स्वभाव कसा असेल? याच्याशी आपला काय संबंध असणार? त्या या जगात असल्या वा नसल्या तरी काय फरक पडतो आपल्याला! (खरंच असं बऱ्याच "त्या गोष्टींबद्दल" झालं तर आयुष्य किती मस्त असेल नाही!!! जाऊ दे, त्याबद्दल नंतर कधीतरी!)

तर अशीच एक गोष्ट काही महिन्यांपर्यंत माझ्या आयुष्यात होती (की नव्हती?) ती म्हणजे क्रूझ. क्रूझ हा शब्द कधी माझ्या मनाला पण शिवला नव्हता. "क्रूझ म्हणजे ना लई भारी असते. सॉलिड एक्सपिरीयन्स आहे तो!" असे मी नुसते क्वचित कोणा-कोणाकडून ऐकून होतो. पण हे सारे लवकरच बदलणार होते. तीन एक महिन्यांपूर्वी पॅकी ने तिच्या गुगल नामक पोतडीतून "एनसीएल क्रूझ" हा शब्द माझ्या शांत घरगुती जीवनात सर्वप्रथम टाकला आणि मग अनेक साऱ्या लाटा उठायला लागल्या!!! पॅकी म्हणजे कोण ते प्रथम सांगतो. पॅकी म्हणजे माझ्या बायकोला मी दिलेले "वॉट्सअँप टोपण नाव" आहे. तिला प्रवासाची एवढी भयानक आवड आहे की त्या मुळे जी सतत आपल्या बॅगा पॅक करत असते ती "पॅकी". तीस वर्षाचे माझे पॅकी बरोबरचे सहजीवन - सहल जीवनच झालयं म्हणा ना!

गेल्या तीस वर्षात इंग्लंड (तीनदा), फ्रान्स (तीनदा), यूएसए (दोनदा), ऑस्ट्रिया, इटली, ग्रीस, फिनलँड, आइसलँड, सिंगापूर, इंडोनेशिया, केनिया, टांझानिया (एक-एकदा) अशा प्रत्येकी साधारण पंधरा ते वीस दिवसांच्या ट्रीपा पॅकीने माझे बोट धरून करवल्या आहेत. (म्हणजे मी तिचे बोट धरले होते हो!) आणि जेणेकरून इंडोनेशियातील अधिक (+) पस्तीस डिग्रीपासून फिनलँडच्या उणे (-) पस्तीस डिग्रीपर्यंत साऱ्या हवामानात अनुक्रमे गरम आणि थंडगार करून सोडलेले आहे. मायदेशात एक मधला मध्य प्रदेश आणि नॉर्थ ईस्ट ची राज्ये सोडली तर तिने काही करायचे सोडलेले नाही पण अंतर्देशीय प्रवासापेक्षा परदेशी प्रवासात तिला एक प्रकारचा ज्वर चढतो. त्यामध्ये ती अक्षरशः फणफणतेच म्हणा ना आणि ट्रीपच्या किमान तीन महिने आधी त्या-त्या प्रदेशाची आणि ट्रीपच्या संदर्भातली प्रचंड माहिती गोळा करत असते.

या परंपरेला साजून या क्रूझ प्रकरणाचीही तिने बित्तंबातमी काढली होती. क्रूझ च्या एशिया, मेडिटेरियन, नॉर्दन युरोप आणि अलास्का या चारही खंडांमध्ये निघणाऱ्या यच्चयावत टूरची तिला आता माहिती झाली होती. क्रूझ किती दिवसांची, कुठे जाणारी, कोणकोणत्या तारखांना निघणारी, कायकाय डील्स असणारी, पैसे डॉलर्स मध्ये किती (कित्तीतरी!) भरायचे आणि कसे भरायचे, किती तास आधी जहाज पकडायला बंदरावर पोहोचलेले बरे, माणशी दर दिवसाला तिथल्या अटेंडंटला किती डॉलर टीप द्यावी लागते, जहाजात नेमकी किती प्रकारची रेस्टॉरंट्स आहेत आणि त्यापैकी कोणत्या रेस्टॉरंट मध्ये कॉम्प्लिमेंटरी डिनर पॅकेज घ्यावे, सी व्हयू केबिन किंवा केबिन विदाऊट सी व्हयू घेतली तर खर्चात नेमकी किती वाढ होते, जहाजाच्या कोणत्या मजल्यावरती बाहेर स्विमिंग पूल आहे, कोणत्या मजल्यावर थिएटर आहे आणि हो विसरलोच कोणत्या मजल्यावरती स्पा आहे, हे तिने हेरून ठेवले आहे. हॉलिडे वरती कधी कधी इतकं दमायला होतं (आणि माझ्यासारख्याची दमछाक होते) की स्पा ही जीवनावश्यक गोष्ट ठरते. तर असे सारे काही आणि अजून बरेच काही जे मला अजूनही माहित नाही ते तिने शोधून काढले होते.

याव्यतिरिक्त आपण जी घ्यायला हवी ती स्टेट रूम (जहाजातल्या रूम्स ना स्टेटस रूम म्हणतात) कोणत्या मजल्यावर असायला हवी जेणेकरून बंदरावर थांबल्यावर बाहेर पडायला सोईचे जाईल, पुढच्या भागाजवळ की मागच्या भागाजवळ, हेही तिने बरोबर हेरून ठेवले होते. ज्या जहाजाने जाणार त्याचा पूर्ण मजल्यांसकट एन्ट्री, एक्झिट, एस्केलेटर, लिफ्टचे ठिकाण, ऑनलाईन लाउंज वगैरे वगैरे असणारा नकाशा तिने डाऊनलोड करून, त्याचा कलर प्रिंट आउट काढून, चक्क बेडरूमच्या दरवाजाला लावून ठेवला होता. त्याशिवाय हे जहाज आयर्लंडला नक्की कशी प्रदक्षिणा घालणार, कॉर्क, डिंगल, फॉईन्स, गॅलवे, बेलफास्ट आणि डब्लिन हे सारे स्टॉप (डब्लिन सोडून सारी नावे मी पहिल्यांदाच ऐकत होतो) नेमके कोणत्या दिवशी किती वाजता येणार, तिथे पोहोचल्यावर डायरेक्ट बंदर लागणार की टेंडर (टेंडर म्हणजे छोटी बोट) घ्यावी लागणार, या स्टॉप वर उतरल्यावर तिकडची प्रेक्षणीय स्थळे क्रूझच्या मार्फत करावी की आपली आपण सोय केलेली बरी याबद्दल तिची गेले पंधरा दिवस बरीच ऑनलाईन धावपळ चालू होती.

ही धावपळ ट्रिपच्या मोसमात ती बरीच करीत असते आणि मी तिच्या भोवती वायफाय बटन ऑन- ऑफ कर, लॅपटॉप आणून दे, लॅपटॉप ठेवायला आणलेली स्पेशल उशी आणून दे, येणारे जाणारे ओटीपी, मोबाईल फोन घराच्या कुठल्या कुठल्या खिडकीच्या ग्रीलच्या बाहेर लांब हात करून तिला मिळवून दे, क्रेडिट कार्डने पेमेंट करायला कार्ड चे नंबर सांग, सीव्हीव्ही सांग, एक्सपायरी डेट दे, मधून मधून तिला पाणी दे, अशी बिन बौद्धिक केवळ शारीरिक कष्टाची कामे करत असतो.

एकदा तर एवढी ऑनलाईन धावपळ बसून बसूनच केल्याने पाठ खाजायला लागली तर तेव्हा तिची पाठही खाजवण्याचे काम ह्या पठ्ठयाने केले आहे. तर या ऑनलाइन धावपळीतून तिला असे कळले की पॅडीवॅगन नावाच्या लोकल ट्रॅव्हल एजन्सीच्या मार्फत प्रवास केल्यास एवढे एवढे डॉलर्स वाचू शकतात. मग पॅडीवॅगनची बस कॉर्क, डिंगल, फॉईन्स अशी अगाध नावे धारण

करणाऱ्या ठिकाणी नक्की कुठे किती वाजता उभी राहणार आहे हे आणि त्या त्या ड्रायव्हरचा नंबर तिने डाऊनलोड करून ठेवला. प्रत्येक स्टॉपला उतरून तिथे नेमकी कोण कोणती ठिकाणे पाहायची ही माहिती काढली आणि हे सारे काही मला ईमेल केले आणि हे कमी म्हणून आमच्या दोघांचा वॉट्सअँप ग्रुप करून त्यावरही सारे काही पाठवून दिले.

क्रूझ कडे पुन्हा वळण्यापूर्वी तीस वर्षाच्या या सहल जीवनाच्या कारकिर्दीत त्याच त्याच मुद्द्यांवर पहिल्यापासून किती चर्चा करावी लागते याची जरा कल्पना देतो. तिच्यात आणि माझ्यात पहिला मुद्दा असतो ट्रीप किती दिवसांची असावी हा! माझं म्हणणं घरातून एअरपोर्टला निघाल्यापासून ते घरी येईपर्यंत 12-14 दिवसापेक्षा मोठी ट्रीप नसावी तर तिच्या दृष्टीने जाण्यायेण्याचे दिवस ट्रीप मध्ये धरूच शकत नाही आणि ते सोडून कमीत कमी तीन आठवडे तरी ट्रीप हवी! ही चर्चेची पहिली फेरी.

दुसऱ्या फेरीत माझ्याकडे एवढी रजाच नाही बाकी विदाऊट पे होईल असा बेसूर मी काढल्यावर ती माझ्या सेक्रेटरीलाच फोन करायची धमकी देते जिला नक्की माहित असतं की माझ्याकडे किती सुट्या शिल्लक आहेत. (ज्या शिल्लक असतातही!) ती 21 दिवस म्हणणार मग त्याचे घासघीस करून 18-19 करणार, मी 12 वरून 14-15 वर येणार, या साऱ्या वाटाघाटी गेल्या तीस वर्षात पस्तीस वेळा होऊन चुकल्या आहेत.

त्यानंतर चर्चेचा एक ज्वलंत मुद्दा म्हणजे किती सामान घेऊन जायचे? एअरलाइन 23 किलो माणशी चेक-इन करू देते म्हणून 46 किलो वजनाच्या बॅगा घेऊन जायलाच हव्या का? हा माझा प्रश्न आणि त्यावर, "मग बघ, मला कपडे कमी पडले तर तिथे शॉपिंग करावे लागेल" हा तिचा त्यावर पलटवार! कोणत्याही ट्रीपच्या किमान महिनाभर आधी आमच्याकडे बॅगा वरून काढल्या जातात. त्यामध्ये भरलेला संसार कोणत्यातरी बोचक्यात भरून ते बोचकं वर टाकल जातं. हे सारे करता करता घर पसा-याने भरुन जातं. रिकाम्या झालेल्या बॅगात जास्तीत जास्त कपडे कमीत कमी जागेत कसे माववावेत, सॉक्स, टॉवेल्स

साऱ्यांची कशी गुंडाळी करावी, या सगळयाची साधारण अंदाजे ज्या तऱ्हेने ट्रिप मध्ये कपडे घालणार त्याप्रमाणे क्रमवार बॅगेत कशी रचना करावी, कोणत्या हवामानासाठी नक्की कोणते कपडे घ्यावेत, तीन आठवड्यासाठी बॅग कशी पॅक करावी या आणि अशा अजून अनेक टिप्स देणारे ऑनलाईन व्हिडिओज ती या ट्रॅव्हलिंग सिझन मध्ये पाहते (आणि तरीही बॅग भरताना वेगळीच काहीतरी भरते!)

मग बॅगचे विविध कंपार्टमेंट करायला वेगवेगळ्या साईजचे बॉक्सेस, भरपूर कपडे कमीतकमी आकाराचे होऊन पॅक होतील अशा एअर टाईट झिपलॉक पॉलिथिन पिशव्या, पाण्याची कोलॅप्सिबल रबर बॉटल अशा गोष्टींची ऑनलाइन खरेदी होते. घराची बेल दिवसातून किमान तीनदा या दिवसात टणाटण वाजते आणि अम्माजान (ॲमेझॉन हो) ही पार्सले डिलिव्हर करत असते. (ॲमेझॉनच्या या पार्सलचं वेष्टण एव्हढं काही मोठे असतं की एक चिंधीभर गोष्ट घरपोच द्यायला ह्यांनी किती झाडे तोडली असतील या विचाराने मी हळहळतो) ह्या क्रूझच्या निमित्ताने एक अतिशय विलक्षण गोष्ट ह्यावेळी घरी डिलिव्हर झाली होती ती म्हणजे मॅग्नेटिक हूक्स! तिने केलेल्या संशोधनानुसार जहाजातल्या स्टेट रूम चे छत हे पूर्णपणे लोखंडाचे असते आणि दहा दिवसाच्या दरम्यान तुमचे जे काही छोटे मोठे नॅपकिन, पिशव्या, बेल्ट, टोप्या, रेनकोट, गळ्यातील माळा तुम्हाला सहज सापडावे असे वाटते ते तुम्ही या हुक वरती लावू शकता.

किमान महिनाभरापूर्वी अशा तीन-चार बॅगा भरल्यावरती अजून पंधरा दिवसांनी ह्या बॅगा परत उघडल्या जातात. त्यातील साऱ्या गोष्टींचे परत एकदा प्रेमाने निरीक्षण केले जाते. आमच्या घरी बॅगांचे वजन करण्यासाठी एक स्पेशल काटा आहे. हा विकत घेण्यापूर्वी, एकदा स्वतःचे वजन घरातल्या काट्यावर करायचे आणि नंतर बॅगा हातात घेऊन परत वजन करायचे आणि दुसऱ्यातून पहिले वजा केले की बॅगचे वजन कळते हे सांगण्याचा निष्फळ प्रयत्न मी केला होता. त्या स्पेशल काट्यावर दिसलेले वजन पाहून अजून काही अनावश्यक

कपडे ती त्यात टाकते. कारण हा स्पेशल काटा नेहमी एअरपोर्ट पेक्षा जास्त वजन दाखवतो हे तिला अनुभवाने माहीत झाले आहे.

अशा रीतीने तिच्या तीन बॅगा आणि माझी एक सर्वात छोटी बॅग असा सारा लवाजमा तयार होतो. माझ्या बॅगेत गुंडाळी करून ठेवलेल्या सात-आठ मळखाऊ रंगाच्या, एका रात्रीत वाळतील अशी गॅरंटी असणाऱ्या डिकॅथलॉनमध्ये खरेदी केलेल्या पँटी असतात. पॅंटी हा ट्राऊझरसाठी वापरला जाणारा अनेकवचनी मराठी शब्द आहे जरी खरेतर पॅंटी म्हणजे आत घालायचे वस्त्र असते हे मला आता कळून चुकले आहे. माझ्या बॅगेत याशिवाय टी-शर्ट, मलमल, शर्टस, अंडरवेअर, रुमाल इत्यादी असते आणि एक लुंगी असते जी कंबर सोडून शरीराला कुठेच स्पर्श करत नसल्याने धुण्याची फारशी गरज नसते. काही चना मसाला, पनीर पालक, दाल मखनी, जीरा राईस वगैरे इंडियन फूडची पाकिटे मी लुंगीत म्हणा टी-शर्ट मध्ये म्हणा अशी ठेवलेली असतात. माझी बॅग तरीही काठोकाठ भरलेली नाही हे बघितल्यावर ती तिचे एक दोन कपडे त्यात कोंबून देते.

या चार चेकिंगच्या बॅगांव्यतिरिक्त प्रत्येकी एकेक हॅव्हर सॅक आणि एक लेडीज पर्स कॅरी ऑन लगेज म्हणून आमच्याकडे तयार असते. यामध्ये कॅमेरा, दुर्बीण, असंख्य चार्जर्स, युनिव्हर्सल प्लग पॉईंट, एक स्पाइक गार्ड, घरात घालायचे स्लीपर्स, तिचे किंडल, आयपॅड, माझी काही पुस्तके, औषधे, चुकूनमाकून चेकिंग केलेले लगेज उशिरा मिळाले किंवा मिळालेच नाही वगैरे असे काही झाले तर ह्या दुर्घटनेचा सामना करण्यासाठी, दोघांच्याही सगळ्या कपड्यांचा एक एक सेट अशा गोष्टी असतात आणि हो, अजून एक गोष्ट म्हणजे, एक चार फोल्ड केलेली एक मोठ्ठी रिकामी बॅग असते. गरोदर बाई कशी हॉस्पिटल मध्ये जाताना एकटी जाते पण परत येताना एक मूल घेऊन बाहेर पडते तसेच जाताना असणाऱ्या आमच्या चार बॅगा येताना पाच बॅगा होऊन येणार असतात. कारण ह्या आता फोल्ड होऊन गुप्त असलेल्या बॅगेत सारे ट्रीप मध्ये केलेले शॉपिंग आणि विस्कटलेले कपडे जाणार असतात.

सदैव आपल्या समोर असणाऱ्या ह्या हॅवरसॅक मध्ये पासपोर्ट आणि व्हिसाच्या प्रिंट आऊट व्यतिरिक्त ट्रॅव्हल इन्शुरन्सचे अतिशय महत्वाचे पेपरही ठेवावे लागतात. तुम्ही आजारी पडल्यास, विमान उशिरा पोहोचल्यास, विमान कॅन्सल झाल्यास, विमान चुकीच्या जागी पोहोचल्यास, लगेज हरवल्यास, लगेज उशिरा आल्यास, तुम्ही आजारी पडून हॉस्पिटलमध्ये पोहोचल्यास, पाय मोडून तुम्ही जायबंदी झाल्यास, दात दुखायला लागून परदेशात डेंटिस्टकडे जावे लागल्यास, थोडक्यात काय वाट्टेल ते झाल्यास तुम्हाला प्रत्येकाची भरपाई मिळावी म्हणून ही इन्शुरन्स पॉलिसी काढायची असते. किंबहुना ही असल्याशिवाय तुम्हाला व्हिसाही मिळत नाही. त्याचे ते सिल्वर, गोल्ड, प्लॅटिनम असे एकाहून एक चढ्या किमतीचे प्रीमियम असणारे प्लॅन बघून, त्यामधील परदेशात होऊ शकणाऱ्या संभाव्य दुर्घटनांची यादी बघून, खरे तर ही सारी ट्रीपच रद्द करावी का असे वाटायला लागते. मग भित्र्या स्वभावाने साऱ्या दुर्घटनांचा सामना करता यावा म्हणून प्लॅटिनम प्लॅन घेतला जातो. नशिबाने गेल्या सगळया ट्रीपमध्ये ह्या पॉलिसीचे पैसे भरणे, त्याचा प्रिंट आऊट, कॅशलेस हॉस्पिटलच्या लिस्टसकट घेणे आणि ट्रिपवरून घरी परत आल्यावर त्याचा रद्दी म्हणून वापर करण्याशिवाय ह्याच्याशी काही देणेघेणे झाले नाही. अपवाद फक्त तिने एकटीने केलेल्या बाली ट्रिपचा! तिचे सामान सहा तासाहून जास्त उशिरा पोहोचल्यावर(च) मिळणारे सहा आठ हजार तीनशे चाळीस रुपये इन्शुरन्स कंपनी कडून मिळवण्याकरता त्यांच्या एजन्ट वर दहा फोन आणि पंचवीस मेलचा मारा करावा लागला होता.

ट्रिपचे अविरत ऑनलाइन संशोधन आणि बॅगांमध्ये सामानांची ऑफलाईन उलाढाल या बरोबरीने अजून एक धावपळ तिची या दिवसात चालू असते ती म्हणजे फॉरेन करन्सीच्या खरेदीची! डॉलर, पाउंड युरोच्या चढणाऱ्या-उतरणाऱ्या भावांचा तिला आता अंदाज आलेला असतो. **"पाउंड केटला मा आपि सकसो? एटला तो हू तमे नथी आपसु! तमारो भाव बहू वधारे छे!"** अशा तिच्या एखाद्या बनियाच्या थाटात बांद्रयापासून बोरिवलीपर्यंतच्या एजंट बरोबर मोबाईल वरती "**वार्ता**" सुरू असतात. घरात नेटवर्क नसल्याने ती

अक्षरशः खिडकीच्या ग्रीलमध्ये उभे राहून मोठमोठ्याने बोलत असते आणि मी इकडे तिकडे नजर टाकत हे सगळे कोणी ऐकत नाही ना याकडे लक्ष देत असतो. शंभर, अठ्ठ्याऐंशी आणि त्र्याऐंशी च्या पाठीपुढे घोटाळणाऱ्या पाउंड, युरो आणि डॉलर्सच्या भावाची ती घासघीस करत असते. यावेळच्या ट्रिपची तऱ्हा और असणार आहे. याची मला हळूहळू कल्पना यायला लागली होती. जहाजात फक्त डॉलर्स, जमिनीवर नॉर्दन आयर्लंड उतरल्यावर पाउंड (नॉर्दन आयर्लंड हा युकेचा भाग आहे ही माझ्या ज्ञानात भर असते) आणि आयर्लंड मध्ये इतरत्र सर्व ठिकाणी युरो लागणार असतात. कुठे किती दिवस राहणार त्या प्रमाणात कशाच्या किती नोटा लागणार याची तिची आकडेमोड चालू असते आणि ट्रीपच्या दोन रात्री आधी परेश भाई चा माणूस तिन्ही सांजेला घराची बेल वाजवतो.

अतिशय साधा मळका शर्ट, खाली तपकिरी पॅन्ट, पायात स्लीपर्स आणि हातात एक झिजलेली रेग्जिनची बॅग असा त्या माणसाचा अवतार असतो. ह्याला कुणी आत शिरताना बघितलेलं नाही ना हे बघत बघत मी त्याला घरात घेतो. आदल्या रात्रीच बँकेतून काही लाख घरी आणून ठेवलेले असतात आणि आता बरेच दिवस घरात कोणी नाही म्हणून घरातले दागिने लॉकरमध्ये गेलेले असतात. परेशचा माणूस सर्वप्रथम माझ्या महात्मा गांधींचा फोटो मिरवणाऱ्या नोटांची बंडले बँक कॅशियरच्या सराईतपणाने मोजतो आणि त्या बदल्यात कुठल्यातरी पाठच्या खिशातून वेगवेगळ्या रंगांच्या, आकाराच्या, नया व्यापार खेळातल्या असाव्यात, अशा दिसणाऱ्या नोटा मला देतो. घरी मी एकटाच असल्याने ते सर्व मोजण्याची मोठी जबाबदारी माझ्यावरती असते. महात्मा गांधींच्या फोटोच्या विरुद्ध, भरपूर केस असणारा बेंजामिन फ्रँकलिन मिरवणाऱ्या शंभर डॉलरच्या नोटा उलट्या-सुलट्या करून मी मोजतो. मी एवढं काय इंटरेस्टिंग हाताळतोय हे फूस-फूस करून हुंगायला माया ही आमच्या घरातली कुत्री ही पुढे सरसावते. “इन गॉड वि ट्रस्ट” असे त्या डॉलरच्या नोटांवरती लिहिलेले असल्याने मीही बापडा त्या नोटांना ट्रस्ट करतो. त्यानंतर ग्रँड जॅक्सन आणि लिंकनचे फोटो असणाऱ्या (फक्त लिंकनला मी ओळखलेले असते) पन्नास, वीस, दहा आणि

पाच डॉलरच्या नोटा परेश भाईचा माणूस मला मोजायला देतो. त्यानंतर पाळी येते राणीची. गुलाबी रंगाच्या, राणीच्या तरुणपणातला मुकुट घातलेला फोटो असणाऱ्या, हाताला खूप छान सुळसुळीत वाटणाऱ्या पन्नास पौंडाच्या नोटांची! पौंडाच्या नोटा माझ्या हातात येताच, मायालाच काय, मला सुद्धा राणीच्या फोटोचा वास घ्यावासा वाटतो. शेवटी येतात युरो! यांच्यावरती ना कोणाचा फोटो असतो ना आपल्याला समजेल असे काही लिहिलेले असते. पिवळ्या रंगाच्या बॅकग्राऊंड वर काहीतरी निळ्या ढगांची चित्रे असतात, जो युरोपचा नकाशा असावा असा माझा अंदाज आहे. बजावल्याप्रमाणे परेशने सगळ्या प्रकारच्या, सगळ्या नोटा दिलेल्या असतात. सगळ्या प्रकारच्या नोटा घेण्याचे कारण हे की एकतर प्रत्येक एक मोठी नोट मोडली की आपले हजारोने रुपये आता खर्च झाले ही जाणीव होते आणि एक दोन डॉलर्स पटकन इमोशनली आणि प्रॅक्टिकली सुद्धा खर्च करायला बरे पडतात.

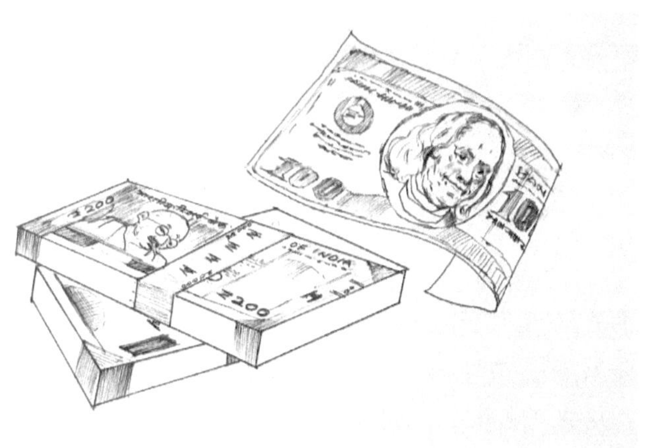

मी सारे पाउंड, डॉलर आणि युरो आतमध्ये येऊन घरातल्या लॉकरमध्ये ठेवतो. माझं आणि पैशांचं संरक्षण करायला की काय मायाही माझ्या पाठोपाठ फिरत असते. परेशला थोडे पैसे जिपेने द्यायचे असतात. परेशचा माणूस हातात त्याचा लॅमिनेट केलेला क्यू आर कोड माझ्या मोबाईल समोर उभा करतो आणि दहा सेकंदात माझा अकाउंट अजून कित्येक हजारोंनी रिकामा होतो. घरी

आल्यावर ती सगळया नोटा परत मोजते आणि त्यांच्या बरोबरीने गेल्या अनेक ट्रिपांमध्ये गोळा झालेल्या क्वार्टर, डॉलर्स, सेन्ट, डाइम ने भरलेली छोटी मनी बॅग आठवणीने त्यांच्याबरोबर ठेवते.

ट्रिप ठरली, फॉरेन करन्सी हातात आली, आता एक गोष्ट शेवटी करायची म्हणजे मोबाइलसाठी डेटा पॅक घेणे. ज्या देशात आपण जाणार, जसे की, यावेळी इंग्लंड आणि आयर्लंडला जाणार, त्या देशांमधले वेगवेगळ्या ठिकाणांचे पत्ते शोधायला, एअर बीएनबीच्या होस्टशी बोलायला, एकमेकांशी बोलायला, एकमेकांपासून हरवलो-बिरवलो (बहुतेकदा मीच हरवायचो!) तर शोधायला, भारतात कोणाशी ना कोणाशी बोलायला, व्हॉट्सअॅप वरती वटवट करायला, ह्या सगळया गोष्टींसाठी, एकवेळ पायात चपला नसतील तरी चालतील हा डेटा पॅक असणे आवश्यक असते. मग वेगवेगळया कंपनीच्या निरनिराळ्या ऑफर्स चा तौलनिक अभ्यास पॅकी करते आणि अंदाजे सहा एक हजार रुपये प्रत्येकी खर्च करून- अनलिमिटेड इनकमिंग कॉल, प्रत्येक दिवसाला शंभर मिनिटांचे आऊट गोइंग कॉल, अनलिमिटेड डेटा चा वापर असे काहीबाही असणारे पॅक आम्ही, मानवी शरीराचा अविभाज्य भाग बनलेल्या मोबाइल मध्ये घालून त्याला सुदृढ करतो.

तर मंडळी, म्हणता म्हणता या ट्रिप साठी घरातून बाहेर पडण्याचा दिवस, नव्हे रात्र आली आहे. परदेश प्रवासास निघताना माझा आव आणि वेश हा रणभूमीवर जाणाऱ्या योद्धयासारखा असतो. साधारण बारा एक वर्षांपूर्वी घेतलेला खाकी रंगाचा कॉटनचा अतिशय पातळ फुल शर्ट, मी जो फक्त वर्षातून एकदा प्रवासाला निघताना आणि परत येताना घालतो तो मी आज घातलाय. या शर्टला आतमध्ये भोकाभोकाचे पातळ अस्तर आहे जे असण्याचे कारण मला माहित नाही. या शर्टाला दोन खिसे आहेत ज्याला फ्लॅप आहेत जे वेल्क्रोने चिकटतात त्यात एकात पासपोर्ट आणि एकात विमानाचे तिकीट आहे. या खिशांच्या आतल्या बाजूला एक चोरखिसा आहे, जो साईडच्या झीप ने उघडता बंद करता येतो. झीप असल्याने त्यात ठेवलेली क्रेडिट कार्ड्स आणि

थोडे डॉलर्स आणि पाउंड आता चुकूनमाकून उडून जाण्याचा धोका नाही!!! याच रंगाची मॅचिंग पॅन्ट आहे ज्याला नेहेमीच्या जागी असतात तिथे खिसे आहेतच शिवाय दोन्ही गुडघ्यावर फ्लॅप असणारे, ज्याला बटणे आहेत असे खिसे आहेत. ज्यात एकात इयरफोन्स आणि दुसऱ्यात छोटी कोल्ड क्रीमची बाटली आहे. पोटाला मी एक मनी बेल्ट बांधलाय ज्यात सगळे पैसे आहेत. आत्ता या पैशांना खर्च करण्यासाठी अजिबात हात लावायचा नाही, खर्च करायचे पैसे तिच्याकडे आहेत. तरीही विमानात, झोपेत, टॉयलेट मधून बाहेर पडताना आणि इतरही अनेकदा, पैसे जागेवर आहेत की नाही हे बघायला माझा हात तिकडे जाणार आहे. या मनी बेल्टला लपवणारा, त्यावर एक, कांगारूला लाजवील अश्या आकाराचा, पोटाचा पाऊच आहे. ह्या पाऊचला झिपवाले आत आणि बाहेर मिळून तब्बल सहा कप्पे आहेत. मेन कप्प्यात मी ऋषिकेशला विकत घेतलेली 2004 सालची डायरी आहे. ज्याच्या प्रत्येक पानावर भगवद्गीतेचे दोनतीन श्लोक लिहिलेले आहेत. त्यांच्या आतल्या पानावरती आम्ही कित्येक ट्रिपचा हिशोब लिहिला आहे. थोडक्यात आध्यात्मिक कम व्यावहारिक अशी ही डायरी आहे. छोट्या कप्प्यांमध्ये पंधरा-वीस वेगवेगळ्या साईजचे रबर बँड्स आहेत ज्यांचा उपयोग अर्धवट खाल्लेले वेफर्सची पाकिट बंद करायला, पैशांच्या बंडलाना लावायला, ओपन केलेले मिलन सुपारीचे पाकीट गुंडाळायला, लूज झाकणे असलेल्या प्लास्टिकच्या डब्याला लावायला होतो. पाऊचच्या सगळ्यात पाठच्या कप्प्यात मी 3000 रुपये ठेवलेत जे मला ट्रीप वरून परत आलो की एअरपोर्टवरून घेऊन येणाऱ्या टॅक्सीवाल्याला द्यावे लागतील. आतल्या मनी बेल्ट मध्ये दडवलेल्या डॉलर पाउंड च्या किमती पुढे ते ३००० हजार रुपये लाजेने चूरचूर होत पुढचे वीस दिवस काढणार आहेत. पाऊचच्या इतर कप्प्यात तिच्या नकळत टाकलेली १५ मिलन सुपारीची पाकिटे (व्यसनी मेला!!! इति पॅकी), मिंट गोळ्या, सनस्क्रीनची बाटली (शंभर ग्रॅमच्या आतली) वगैरे आहे.

तिचा अवतार तर माझ्यापेक्षा अवघड प्रकरण आहे. कांद्याच्या आत जसे पापुद्र्याच्या आत पापुद्रे असतात तसेच तिने कपड्यावरती कपडे चढवलेले आहेत. सर्वात आत एक काळ्या रंगाचा स्लीवलेस टीशर्ट आहे. त्यावर एक

अतिशय स्टायलिश टॉप आहे आणि त्याच्यावर निळ्या रंगाचे जाडे भरडे जीन्सचे जॅकेट आहे ज्याला आतील आणि बाहेरील बाजूला खिसे आहेत ज्यात तिने तिचा पासपोर्ट आणि दोन मोबाईल ठेवलेले आहेत. तिला घटकेत उकडते आणि घटकेत थंडी वाजते. त्यामुळे पटापट एक दोन पाहिजे तेवढ्या कपड्यांच्या लेअर्स काढता येण्यासाठी हे सारे तिने केले आहे. पुढच्या चोवीस तासाच्या प्रवासात फ्लाईटमध्ये, लाऊंजमध्ये, स्टेशनला, एअरपोर्टला, कुठेही बाथरूमला जायला एकदम सोयीचे होईल असा विचार करून तिने तिची ट्राऊजर निवडली आहे. ती ब्युटीपार्लर मध्ये जायच्या भानगडीत सहसा पडत नाही. परंतु ट्रीपला निघण्याच्या दिवशी तिची पार्लर व्हिजिट मस्ट असते. ट्रीपच्या बॅगा भरून भरून दमलेल्या तिच्या हातांना मॅनिक्युअरची नितांत गरज असते. तिने केसांना कलर लावण्याचे गेली दहा वर्षे बंद केले आहे आणि ती बिनधास्त आपले पांढरे कुरळे केस लग्न समारंभात सुद्धा मिरवते पण ट्रीपला जाणार म्हटल्यावर ती या पांढऱ्या कुरळ्या केसांना निळा, जांभळा, हिरवा, मोरपिशी, थोडक्यात काळा सोडून कोणत्याही रंगांच्या छटा पार्लरमध्ये जाऊन हमखास लावून येते. प्रत्येक ट्रिपची तिची एक कलर थीम असावी (ह्यावेळचा कलर मोरपिशी आहे!) हे सर्व करण्यासाठी तिने पार्लरमध्ये दुपारी तीन तास घालवलेले असतात.

अशा या जय्यत तयारीनिशी, शेवटी एकदाचे, आम्ही बॅगा, हॅवर सॅक इत्यादी घेऊन, घरच्या देवांना एकदा बाहेर पडतानाचा मोरया करून, खाली वाट बघत उभ्या राहिलेल्या उबर मध्ये बसायला घरातून बाहेर पडतो.

टायटॅनिक आणि आम्ही

केट विन्स्लेट आणि लिओनार्डो दि कॅप्रीओ यांनी आपल्या अभिनयाने अमर केलेला टायटॅनिक हा सिनेमा कोणी बघितला नसेल असं मला वाटत नाही. तब्बल पंचवीस बिलियनचा धंदा करणाऱ्या या सिनेमाचे अनेक भाषांमध्ये डबिंग झाले. त्यातले ते भव्य दिव्य सेट्स, टायटॅनिक बुडताना ते शेवटच्या तासाभरात तिचे हळूहळू बुडत जाणे आणि माणसे कशी वरून खाली प्रचंड वेगाने घसरगुंडीवरून घसरावीत तशी पडत आहेत हा प्रसंग आपण विसरू शकत नाही. टायटॅनिक बुडत असताना अगदी अखेरपर्यंत वाजवत राहणारे ते व्हायलॉनीस्ट, निर्विकार चेहऱ्याने अटलांटिक समुद्राची शेवटची लाट अंगावर घेणारा टायटॅनिक चा तो कॅप्टन, समुद्राच्या थंड पाण्यात गारठून मरून गेलेला लिओनार्डो, गळ्यात फक्त पाचूचा नेकलेस घालून बसलेल्या केट विन्स्लेटचे लिओनार्डो ने काढलेले ते पोर्ट्रेट असे कितीतरी अप्रतिमरित्या चित्रित केलेले प्रसंग आपल्या मनावर कायम कोरलेले आहेत. टायटॅनिक मधली सर्वात वरच्या डेक वरती, पुढच्या उंच निमुळत्या टोकावर पाठी आणि पुढे उभे राहून हात दोन्ही बाजूला लांब करून उभे राहण्याची जॅक आणि रोजची ती पोज आम पब्लिकला अजूनही मोहवते. हा पिक्चर रिलीज होऊन आता पंचवीस वर्षे उलटून गेली तरीही मरीन लाईन्सच्या नाहीतर बॅण्ड स्टॅन्डच्या त्या दगडांवर उभे राहून आजची पोरंपोरी ती पोज देऊन फोटो काढायला बघतात. तुम्ही मनालीला जा नाहीतर यरकडला जा, मुरुड जंजिराच्या किल्ल्यावर जा नाहीतर

काश्मीरला जा, जरा कुठे शंभर फुटापेक्षा उंच जागा सापडली रे सापडली की लोकांना ही पोज देण्याचा मोह टाळता येत नाही. केवळ लग्नाच्या प्री-वेडिंग फोटोशूटसाठी आइसलँडला आलेल्या एका कोरियन जोडप्याला ती पोज एका धबधब्याच्या पार्श्वभूमीवर देताना मी पाहिलेले आहे!

तर अशी ही या टायटॅनिक पोजची आणि टायटॅनिक पिक्चरची कमाल!!! हा पिक्चर शंभर वर्षाहूनही जुन्या अशा सत्यदुर्घटनेवर आधारित होता. १०.४.१९१२ रोजी साऊदॲम्प्टन वरून न्यूयॉर्कला आपल्या पहिल्यावहिल्या प्रवासाला निघालेले ते टायटॅनिक नामक महाकाय जहाज, चार दिवसांच्या प्रवासानंतर आईसबर्गला आदळून भर अटलांटिक समुद्रात बुडाले. एवढ्या मोठ्या त्या जहाजाला बुडायला सुद्धा अडीच तास लागले आणि पंधराशे लोकांनी आपला

जीव त्यात गमावला. या दुर्घटनेचे अनेक पडसाद जगभर उठले. अनेक चौकशा झाल्या. इतकी वर्षे उलटली तरी माणसाचे ह्या खऱ्याखुऱ्या, आत्ता समुद्राच्या तळाशी असलेल्या टायटॅनिक विषयीचे कुतूहल कायम आहे. अगदी आत्ता आत्ता म्हणजे जून २०२३ मध्ये, टायटन नावाच्या पाणबुडी कॅप्सूल मध्ये बसून पाच जण ह्या टायटॅनिक चे अवशेष बघायला चक्क एव्हढया खोलवर अटलांटिक समुद्रात पोहोचले आणि ती पाणबुडी पाण्यात फुटून त्या सगळ्यांचा करुण अंत झाला.

पॅकीने जेव्हा तीन महिन्यापूर्वी क्रूझबद्दल माझे ज्ञानप्रबोधन केले तेव्हा कित्येक गोष्टी तिने मला सांगितल्या होत्या. जहाजाची पूर्ण माहिती, त्याच्या निघण्याचे वेळापत्रक, टेंडर म्हणजे काय वगैरे वगैरे. त्याच बरोबर कॉर्क, डिंगल, बेलफास्ट ही जमिनीवर फिरायची ठिकाणे आणि मुख्य म्हणजे लक्षात ठेवायला कठीण असणारी त्यांची ती नावे ऐकून मी भांबावून गेलो होतो. ही नावे पुन्हा पुन्हा सांगता सांगता तिने अचानक एकदा म्हटले की तुला माहितीये का, की आपण जो पहिला स्टॉप घेतोय ना, कॉर्कचा, तो खऱ्या खुऱ्या टायटॅनिकचा, ती दोन दिवसांनी बुडण्यापूर्वीचा शेवटचा स्टॉप होता. हे ऐकून मनातल्या मनात मी दहा फूट उडालो!!! "काय सांगतेस काय? खुद्द कॉर्कमधली माणसे ही ह्या टायटॅनिक मध्ये शिरली?" असे मी तिला विचारले. हे म्हणजे एखादा संथ, कधीच संपणार नाही अशी भीती वाटायला लावणारा, कंटाळवाणा पिक्चर आपण बघत असावे आणि अचानक कहाणीत वळण येऊन आपण सरसावून तो पिक्चर बघायला लागावे असे काहीतरी माझे झाले.

टायटॅनिकचा आणि आमच्या जहाजाचा हा संबंध लक्षात आल्यावर मी कधी नव्हे ते ह्या क्रूझ बद्दल ऑनलाईन संशोधन करू लागलो, जी खरी तिची मक्तेदारी होती! कधीही बुडू न शकणारे, पंचतारांकित सुखसोयींनी व अद्ययावत तंत्रज्ञानाने सुसज्ज असे ते टायटॅनिकचे जहाज सर्वात जास्त वेगाने समुद्रातील अंतर कापून न्यूयॉर्कला सगळ्यात लवकर पोहोचेल, असा गवगवा त्याचा हा पहिला प्रवास सुरु करण्यापूर्वी केला गेला होता. मी नंतर कॉर्क गूगल केले तर

हे कळले की कॉर्कला एक टायटॅनिक म्युझियम आहे. खुद्द कॉर्कमधली जी १२३ माणसे टायटॅनिक मध्ये चढली आणि फक्त ४३ वाचली त्यांची हृदयद्रावक कहाणी एका व्हिडिओद्वारे या म्युझियम मध्ये सांगण्यात येते. इथे त्या १२३ लोकांपैकी एका कोणाचा तरी तुम्हाला बोर्डिंग पास दिला जाऊन टायटॅनिक एक्सपीरियन्स द्वारे त्यांनी काय अनुभवले आणि त्यात ते वाचले की नाही ते तुम्हाला शेवटच्या दहा मिनिटात कळते वगैरे, वगैरे वाचल्यावर, काहीही झालं तरी या म्युझियम मध्ये पाऊल टाकायचे नाही हे मी मनोमन ठरवून टाकले. पुढे हेही वाचले की जिथून टायटॅनिक सुटली त्याच साऊद्‌अँप्टन बंदरावरून आमचेही जहाज सुटणार होते. हे सुटण्याचे ठिकाण जरा वेगळे असते तर बरे झाले असते असे मला वाटले. नंतर मी साऊद्‌अँप्टन गूगल केले तर तिथलीही तब्बल २०० माणसे या दुर्घटनेत जीवाला मुकली होती. कसेबसेच "आम्हीही साऊद्‌अँप्टनवरूनच निघणार", हे मी माझ्या मनाला पटवून दिले. यानंतरचा टायटॅनिकचा प्रवास फ्रान्समधील शेरबुर्ग बंदरावरील प्रवाश्याना घेऊन मध्ये कॉर्कला थांबून नंतर सरळ अटलांटिक समुद्रातून न्यूयॉर्कला जाणारा होता तर आमचे जहाज उगाच गंमत म्हणून कॉर्कवरून आयर्लंड ला पूर्ण प्रदक्षिणा घालून पुन्हा साऊद्‌अँप्टन येणार होते. टायटॅनिकबद्दल अति संशोधन केल्याने गेले काही दिवस माझ्या मनात काहीबाही विचार येऊ लागले होते. आयर्लंडला प्रदक्षिणा घालायला तो काही सिद्धटेकचा महागणपती नाही की ज्याच्या प्रदक्षिणेसाठी पूर्ण डोंगराभोवती फिरावं लागत. माझ्या पुढच्या संशोधनात डिंगल, फोईन्स, किलीबेग इथल्या लोकांना टायटॅनिक या शब्दाचा पत्ता नव्हता अस कळल्यावर मी सुस्कारा सोडला. नंतरचा स्टॉप होता बेलफास्ट. मी तसा निश्चिन्त होतो. संशोधनानुसार टायटॅनिक सरळ गेले होते न्यूयॉर्कला, आमच्या सारखे गंमत म्हणून गोलगोल फिरले नव्हते तर बेलफास्टशी त्याच काय देणंघेणं असणार? पण मला सर्वात मोठा धक्का बेलफास्टचे संशोधन केले तेव्हा बसला. "हारलँड अँड वोल्फ" ह्या बोटी बांधणाऱ्या कंपनीचे "बेलफास्ट" हे चक्क हेड ऑफिस होते. याच कंपनीने टायटॅनिक जहाज शंभर वर्षांपूर्वी इथेच बांधले होते. पुढे असेही वाचले की बेलफास्टलाही टायटॅनिकचे मोठे

म्युझियम असून त्याचा आकारही हुबेहूब टायटॅनिकसारखाच आहे आणि ते अजून टायटॅनिकसारखे दिसावे म्हणून त्याच्या भोवताली पाणी बिणी सोडलेले आहे. याशिवाय म्युझियममध्ये मांडलेल्या तेव्हाच्या लाईफबोटी, जे कोणी वाचले त्यांची लाईफ जॅकेट्स ह्यांचे फोटो मी गूगल करून घरच्याघरी बघूही शकलो (आता कशाला जायचे तेथे?)

त्यानंतर टायटॅनिक आणि आमचे जहाज यांच्या रचनेत नेमके काय साम्य आहे आणि काय फरक आहे हे गुप्तहेराच्या थाटात मी शोधायला सुरवात केली. कोणाला किती मजले, कोणाजवळ किती लाईफ बोटस, धोक्याची घंटा वाजवण्याची यंत्रणा कोणाची कशी, आपत्कालीन का काय म्हणतात त्या वेळी कोठे जमायचे ह्या कितीही वाचूनही न समजणाऱ्या संशोधनात मी घुसलो. खऱ्या टायटॅनिकमध्ये म्हणे तिचे वजन (तिला जास्त वेगाने पळता यावे म्हणून) कमीतकमी राहण्यासाठी आणि कधीही न बुडण्याच्या अतिआत्मविश्वासामुळे आवश्यक अश्या अठ्ठेचाळीस ऐवजी वीसच लाईफ बोटी होत्या आणि टायटॅनिक बुडू लागले तेव्हाही या वीस बोटींनी पूर्ण बोट भरेस्तोवर प्रवाशी बरोबर न घेता चाळीस टक्के बोट रिकामी ठेऊनच तिथून त्यांनी पलायन केले होते. टायटॅनिक बोटीचा कॅप्टन एडवर्ड जॉन स्मिथ आणि बोटीचा आर्किटेक्ट थॉमस अँड्रयू जुनिअर ह्या दोघांनाही ह्या दुर्घटनेत जलसमाधी मिळाली होती.

जेव्हढे आत घुसावे तितके हे ऑनलाईन संशोधन माझ्यावरती अधिक अधिक माहिती फेकत होते म्हणून शेवटी तो नाद मी सोडला आणि टायटॅनिकशी इतके साम्य असणाऱ्या क्रूझच्या जहाजाबद्दल अधिक खोलात न शिरता माझ्या जन्म पत्रिकेत "पाण्यापासून भय" असे भविष्य खरडलेले असूनही, डोळे मिटून ह्या समुद्रसफरीला निघालो होतो कारण त्याच पत्रिकेत प्रवासयोग संभवतात असेसुद्धा लिहिले होते.

एअरपोर्ट आणि विमानात

या सगळया विमानांच्या वेळा विचित्र का बरे असतात? एक वाजून छप्पन मिनिटांनी किंवा दोन वाजून सदोतीस मिनिटांनी ज्या तारखेला आपले विमान उडणार असते त्याच्या आदल्या दिवशी घरून, एअर पोर्ट कितीही जवळ असला तरी निघायचे असते हे डोक्यातल्या भेजाला उमजायला सहलजीवनाच्या सुरवातीच्या वर्षात बरीच खटपट करावी लागायची. घरातल्या कालनिर्णय कॅलेंडरवर, जे आपल्या आयुष्यात ह्या महिन्यात चतुर्थी कधी आहे ह्याचा निर्णय घेते त्यावर एक सोडून दोन तारखांवर खूण करून ठेवावी लागायची. मग खुद्द विमानाचे तिकीट काढताना होणाऱ्या गोंधळाबद्दल तर बोलायलाच नको.

तर शिरस्त्याप्रमाणे २२ सप्टेंबरला पहाटे पावणे दोन वाजताचे विमान पकडण्यासाठी एकवीस सप्टेंबरला रात्री नऊ वाजता आम्ही घरून निघालो. सुरुवाती सुरुवातीला हे चार तास कसे काढायचे बुवा असा भाबडा प्रश्न मला पडत असे पण काही ट्रिपा नंतर लक्षात आले की हे चार तास बऱ्यापैकी वेगवेगळे सोपस्कार करण्यात आरामात निघून जातात. प्रथम ती तिकीट काउंटरवरची लाईन, आपली एखादी बॅग किंवा सर्व बॅगा मिळून त्याचे वजन त्या त्या विमान कंपनीच्या नियमानुसार आहे की नाही ही धागधुग ह्या लायनीत असताना मनात असते. आठ दहा वर्षांपूर्वी लंडनला जाताना जास्तीचे लगेज चेकीन करण्याचा भुर्दंड डोक्यात पक्का बसलेला असल्याने साधारणत: चूक होत नाही पण मनाला एक बेचैनी तर असतेच. त्या दिवशी, ह्या लाईनीत कोणीतरी पाठचा

माणूस, आपली बॅग जमिनीवर उघडून इकडचं सामान तिकडे करताना बघून मी चुकचुकलो....काउंटरवरच्या त्या ब्रिटिश एअरवेजच्या चुणचुणीत आणि टापटीप मुलीला बघून हिला असे रात्रभर चुणचुणीत आणि टापटीप दिसायला लागणार आहे, असा विचार माझ्या मनात येऊन गेला. तिने दिलेल्या एका तिकिटामागे लावलेले आमच्या बॅगांचे सगळे स्टिकर्स तपासून घेऊन त्या मुलीच्या मागून नाहीशा होण्यापूर्वी वळणावर दिसणाऱ्या आमच्या परिचित बॅगांकडे मी शेवटची नजर टाकली. छत्रपती शिवाजी महाराज आंतरराष्ट्रीय हवाई अड्ड्यावरील आंतरदेशीय सेक्शनमध्ये शिरण्यासाठी मग आम्ही क्यू आर कोड स्कॅन करायला ठेवून दरवाजा उघडायची वाट बघू लागलो. तो क्यूआर कोड काही वेळा सागरगोटीसारखा त्या स्कॅनर वरती घास घास घासावा लागतो. आजही तसेच झाले. शेवटी ते वाळूच्या घडाळ्यासारखे दिसणारे बटन रंगाने भरले आणि आम्ही एकदाचे आत शिरलो.

त्यानंतरचे सर्वात मोठे काम म्हणजे चेक इन करणे. हा परीक्षेतील सर्वात कठीण पेपर! अंगावरचे जाकीट, पायातले बूट, कमरेचा बेल्ट, पोटावरचा पाउच आणि मनी बेल्ट, खिशातले पाकीट आणि मोबाइल असे क्रमाक्रमाने स्वतःचे स्वतः इथे शस्त्र कम् वस्त्रहरण करावे लागले. हे कमी म्हणून की काय, बॅगेतले लॅपटॉप, बॅटऱ्या, तऱ्हेतऱ्हेच्या वायरी, द्रवपदार्थ असलेल्या बाटल्या असे सारे काही मी त्या मोठ्या चौकोनी प्लास्टिकच्या बॉक्समध्ये ठेवले आणि हुश्श करून स्वतःचे हात बाजूला करून सुरक्षारक्षकाकडून स्कॅन करून घेण्यासाठी त्या उंच बॉक्सवरती एकदाचा उभा राहिलो. सुरक्षा रक्षकाने ते उपकरण काय काय आवाज करत माझ्या पूर्ण देहावरून फिरवले आणि कोणताही आक्षेपार्ह आवाज न आल्याने (तो आवाज काय ते त्याचे त्याला माहित) मला त्याने सोडून दिले.

पॅकी हेच सारे करायला लेडीज सेक्शन मध्ये गेली आणि स्कॅनिंग झाल्यावर ती सीमारेषेच्या दुसऱ्या बाजूला भेटली. आमच्या सामानाचाही प्रवास स्कॅनिंग होत होत चालू होता आणि नेमकी तिची ती कुप्रसिद्ध किप्लिंगची पिवळ्या

रंगाची बॅग सरळ लाईनीत पुढे येऊ न देता, तो जो स्क्रीन वरती पूर्ण ड्युटी भर लोकांच्या बॅगांत काय काय दडलेले आहे ते डोळे फाडून बघत असतो, त्याने एक बटन दाबून अधिक तपासणीसाठी बाजूच्या पट्ट्यावरती ट्रान्सफर करून टाकली. अशा नापास झालेल्या बॅगांना परत तपासण्यासाठीच्या लाईनीत आता आम्ही उभे राहिलो ज्याची अर्थातच मला सवय झाली आहे. ह्या नापास झालेल्या बॅगांना हे सुरक्षारक्षक हातात चक्क ग्लोव्हस घालून तपासतात. त्याने बॅगेतले सगळे सामान काढून बॅग स्कॅन केली तरी एक्स-रे मध्ये काही दिसेना म्हटल्यावर तो गोंधळून गेला. एवढ्या वर्षांच्या त्याच्या करिअर मधली ही पहिलीच अशी बॅग होती, पॅकीनेच शेवटी त्याला मदत केली आणि कुठल्यातरी आतल्या कप्प्याच्या अस्तरात अडकलेली छोटी पण लांब सुई त्याला अभिमानाने काढून दाखवली. मी आणि त्या सुरक्षारक्षकाने एकत्र हुश्श केले आणि आम्ही पुढे सरकलो.

त्या नंतर आली इमिग्रेशनची लाईन. हे सारे सरकारी अधिकारी असल्याने ह्यांच्याशी अतिशय अदबीने वागा नाहीतर तुम्हाला तुरुंगात टाकू अशा अर्थाच्या धमक्या लिहिलेले बोर्ड आपल्याला इथे दिसतात. हा सोपस्कार पटकन आटोपला जाऊन आम्ही अत्यंत आकर्षक अशा शॉपिंग कॉम्प्लेक्स मध्ये शिरलो. चॉकलेट्स, परफ्युम, सिगरेटी, कपडे, घड्याळे, उंची मद्ये अशा सगळया वस्तूंची दुकाने तिथल्या सेल्समनसकट त्या अवेळी जागी होती. दोन हजारच्या दशकात ह्या मॉलमधून फिरताना इथले (बाहेरच्या मुंबईत अजून न पोहोचलेले) फॉरेन ब्रँडस बघून ही हरखून जायची. आता साऱ्या फॉरेन गोष्टी चर्चगेट पासून बोरिवली ठाण्यापर्यंत नाक्यानाक्यावर मिळत असल्याने ते हरखणे संपले असले तरी इथे फिरण्याचा तिचा उत्साह शाबूत आहे. मग आम्ही आमच्या क्रेडिट कार्ड च्या जोरावर लाऊंज मध्यें पुढचे तास दोन तास काढायला बसलो. लाऊंजमधील प्रवासी केवळ फुकट खायला मिळत आहे म्हणून खात असतात की घरी न जेवताच इथे आलेले असतात हा मला नेहेमी प्रश्न पडतो. घरून जेवून निघून, लाऊंजमध्ये ही खाऊन, नंतर विमानातही खाणाऱ्याना त्यांच्या पोटावरून ओळखता येते हे वेगळे सांगायला नको. बाहेरील ड्युटी फ्री शॉपिंग मॉल मध्ये महागड्या वस्तू सवलतीत विकणाऱ्या दुकानात हिंडण्यापेक्षा त्या मध्यरात्री

शांतपणे बिअरचे घोट घेत मी बसलो. तिला विंडो शॉपिंग करताना माझा त्रास नाही आणि माझ्या बिचाऱ्या बियरीवर तिची तिरकी नजर नाही असे हे आमचे सहकार्याचे धोरण! मी आजूबाजूला नजर टाकली. कोणत्याही विमानतळाच्या एवढ्या आतमध्ये जेव्हा आपण पोहोचतो तेव्हा बाहेरच्या जगाशी तुमचा संबंध पूर्णपणे तुटून जातो. तुम्ही मुंबई, दिल्ली, चेन्नई, पॅरिस, लंडन कोठे ही आहात अशी तुम्ही कल्पना करू शकता असे मला वाटून गेले.

यथावकाश, शहात्तर नंबरच्या गेटला जेव्हा पोहोचलो तेव्हा बोर्डिंगला नुकतीच सुरुवात झाली होती. माझ्या मनात आता मुंबई सोडून जाण्याची हुरहूर आणि पुढल्या प्रवासाची उत्सुकता यांची मारामारी चालली होती. जेव्हा विमानात शिरलो तेव्हा दोन दिवसांपूर्वीचे दीड दिवसाच्या गणपतीचे विसर्जन, त्या आरत्यांचे आणि सहस्त्रावर्तनाचे आवाज सारे मागे पडल्यासारखे वाटले. विमानाच्या बिजनेस क्लास मधून आम्ही चालत होतो. तिथल्या महाभागांना त्यांचे न मळलेले चेहरे पुसण्यासाठी ओले टॉवेल, शॅम्पेन ग्लासमध्ये ऑरेंज ज्यूस वगैरे द्यायला सुरुवात सुद्धा झाली होती. त्यांच्याकडे बघत बघत जाताना, ह्या सीटला नक्की किती लाख मोजावे लागले असतील? हे पैसे ह्याने स्वतःच्या खिशातून दिले की कंपनीच्या जीवावर चाललाय? अरे हा तर एकदम साध्या कपड्यांमध्ये दिसतोय म्हणजे बहुतेक याच्या मुलाने तिकीट पाठवले असणार, असे काय काय विचार मनात येत मी सीटपाशी पोहोचलो आणि नेहमीप्रमाणे हँड लगेजची कोंबाकोंबी करून सीट वरती बसलो. विमानाच्या सीटच्या हँडलला अनेक बटणे, पटकन बाहेर येणारी वेगवेगळ्या आकारांचे कप्पे, इयरफोन साठी कुठे कुठे भोके असे सर्वकाही होते. एक लांब तलवार म्यानेतून उपसून काढावी अशा थाटात बाहेर येणारा, एक समोरच्या स्क्रीन साठी असणारा रिमोट होता. माझे लांब पाय आखडून आखडून त्यात गोळा येऊ नये म्हणून आम्ही चार जास्त पैसे मोजून विमानामधील सर्वात पुढची महागडी सीट घेतली होती. त्याच्या बटणांची, टीव्हीची रिमोटची रचना वेगळी असल्याने मला काही केल्या हे सारे कसे उलगडावे याचाच उलगडा होत नव्हता. शेवटी एअर होस्टेस माझ्या मदतीला आली आणि तिने टीव्ही स्क्रीन, खाण्याचे टेबल, ती फटाक दिशी बाहेर येणारी

दोरी आणि तो रिमोट सर्वकाही दाखवून दिले आणि मी खऱ्या अर्थाने स्थानपन्न झालो. यानंतर एअर होस्टेसने ह्या विमानाला चार इमर्जन्सी एक्झिट दरवाजे असून ते कुठे कुठे आहेत ते आमच्या सकट साऱ्या प्रवाशांना नेहमीप्रमाणे चारी दिशेने हात वारे करून दाखवले. हजारो फूट खाली असलेल्या समुद्रात विमान पडल्यास ते पिवळ्या रंगाचे जॅकेट कुठे लपवून ठेवलेले आहे आणि ते कुठले तरी बोंडूक फुंकरून कसे उघडायचे तेही करून दाखवले. हे सारे काही मी बधिर मनाने आणि आधीच बधिर झालेल्या कानाने नेहमीप्रमाणे ऐकले (की नाही ऐकले, कुणास ठाऊक) आणि अखेरीस विमानाने उड्डाण केल्यावर आमच्या प्रवासास खऱ्या अर्थाने सुरुवात झाली.

विमान प्रवासातला पुढचा टाइमपास म्हणजे खाणे, पिणे, झोपणे आणि स्क्रीनवर, नशीबवान असाल तर चांगले हिंदी, इंग्लिश पिक्चर बघणे. ब्रिटिश एअरवेज वाले सुरुवातीला नुसतेच पाणी, ऑरेंज ज्यूस, कोक वगैरेची गाडी फिरवत होते. मी धिटाई दाखवून म्हणा किंवा सराईतपणे म्हणा, व्हिस्कीची मागणी केली. येसफेस करीत तो पर्सर काहीतरी बडबडला, म्हटले जाऊ दे, आता हा विसरणार किंवा आणायला उशीर करणार पण त्याने चक्क रेड लेबलच्या दोन छोट्या बाटल्या माझ्या हातात कोंबल्या. त्याने माझा आनंद बाहेरच्या गगनात मावेनासा झाला. त्यानंतर जवळजवळ तासाभराने त्याची जेवण खाण्याची गाडी माझ्यापर्यंत पोहोचली. आपले टाईट स्कर्टस् फाटणार नाहीत याची काळजी घेत, सांभाळत सांभाळत हवाई सुंदरीने मला हिंदू मिल वाढले. स्वतःची हेअर स्टाईल पूर्णवेळ टापटीप राखून, चेहऱ्यावर सतत स्मित हास्य ठेवत, त्या चिंचोळ्या मार्गातून बरोबर मावणारी ती गाडी सरकवत, प्रत्येक माणसाकडे खालती अवघडलेल्या अवस्थेत वाकून, भरगच्च भरलेला खाण्याचा ट्रे, पाण्याच्या बाटली सकट एकेकाला सुपूर्त करणाऱ्या जगातील साऱ्या हवाई सुंदर-सुंदरींना माझा कुर्निसात आहे. स्क्रीनवरील एक-दोन ओळखीचे पिक्चर थोडा वेळ बघून मी एकदाचा झोप वजा गुंगीत गेलो. मोबाईल कधीचा स्विच ऑफ केला होता. सारे प्रवासी झोपी गेले तरी या सीट समोरच टॉयलेट असल्याने प्रत्येकाच्या फ्लश च्या आवाजाने मला जाग येत होती. ह्या फ्लशच्या आवाजाने

मला आंग्रेवाडीतल्या आमच्या चाळीतल्या संडासांची आठवण झाली. तेव्हा आम्ही दोन-दोन बिऱ्हाडे एक- एक संडास वापरत असू. त्या संडासावर रानडे-पटवर्धन, उकिडवे-बर्वे असे खडूने लिहिलेले होते. त्या संडासाचा दरवाजा दोन उभ्या फळकुटींनी बनवलेला होता. त्याच्या भेगेतून लांबून आता टमरेल घेऊन कोण येताय ते कळायचे. मग तो बाहेरचा माणूस दरवाजा ठोठावणार तेवढ्यात आपल्याला आतून खाकरायला लागायचे जेणेकरून बाहेरचा माणूस दरवाजा ठोठावून तो निखळवून टाकणार नाही. मला आठवते की त्या संडासावरती फ्लश ची टाकी होती आणि त्याला लोंबणारी एक गंजकी चेन होती. ती ओढल्यावर माझ्या साऱ्या बालपणात एकदाही पाणी आले नाही. त्याविरुद्ध हे टॉयलेट होते. दोन बिऱ्हाडे नाहीत तर पाचशे माणसे रात्रभर हा हवेतला संडास वापरत होती. आत कोणी असले की हा संडास थाटात आपला ऑक्युपाईड लिहिलेला लाल दिवा लावी आणि रिकामा असेल तेव्हा अन ऑक्युपाईड म्हणून हिरवा दिवा लागे. इथं कुणाला आतून खाकरावं लागत नव्हतं आणि वरती फ्लश टॅंक नसली तरी व्हॅक्युम ने सारे काही स्वच्छ केले जात होते. या साऱ्या आवाजात झोप लागत होती उडत होती. आता उठलो तर बघितले तर टॉयलेट समोर ही मोठी रांग! सर्वात पहिल्या माणसाला हे टॉयलेट रिकामे आहे याचा पत्ताच नाही. तो आपला असाच उभा आणि पाठीमागचे त्याच्या पाठी असेच उभे. मग मी खुणेने त्याला सांगितले तेव्हा कुठे ती लाईन क्लिअर झाली. मतितार्थ हा, की ह्या सीट वरती तुम्हाला विमानातील सगळी माणसं, गोरी, काळी, जाडी, बारकुडी, साडीतली, सलवार-कमीज मधली शॉर्टस मधली एकदा तरी दिसतात. कोणाला टॉयलेटच्या दरवाज्याला नक्की कुठे हात लावला की दरवाजा उघडतो हे कळत नसते तर कोणाला अजून काही! बसून बसून थकलेली झोपाळलेली माणसं टॉयलेट उघडण्याची वाट बघता बघता आपल्यासमोर योगासने नाहीतर स्ट्रेचिंग वगैरे करत असतात. कुणी सराईत कोणी नवखे, काही रुबाबदार, काही गबाळे, सगळ्या प्रकारच्या वल्ली बघता बघता वेळ कसा जातो ते कळत नाही बघा!

आता सकाळचे सहा वाजले, विमानातले दिवे लागल्यावर आता उठायची वेळ झाली हे सूचना न करताही लक्षात आले. काल रात्री मला दोन रेड लेबल

देणारा आता ब्रेकफास्टची गाडी फिरवू लागला. त्याच्या खिशावर लिहिलेल्या नावाकडे निरखून बघितले तर त्याचे नाव राजीव होते. काल रात्री ब्रिटिश ॲक्सेंट मध्ये तो बोलत असल्याने मला तो रॉजर वाटला होता. त्याच्या इंग्लिश का इंडियन ब्रेकफास्टला मी पटकन इंडियन म्हणून टाकले. ह्यापुढे वीस-बावीस दिवस भारतीय खाण्याचे पदार्थ सहजासहजी दिसणार नव्हते तेव्हा म्हटलं एकदा त्याचे शेवटचे दर्शन घ्यावे. तिची खिडकीची सीट होती. तिने रात्री जी ताणून दिली होती की, तिला उठवता उठवता आमच्या दोघांमधला एक, जो कोणी होता तो बिचारा पहिल्यांदा उठला. तिने इंग्लिश ब्रेकफास्ट स्वतःसाठी मागवला. त्यामध्ये एक बुचका करून ठेवलेले ऑम्लेट, तांबडे बेक्ड बीन्स, शिजवलेल्या बटाट्याचा लगदा, एक सॉसेज आणि छोटा बन होता. विमानात खाण्यात काहीही घ्या, हा एक बन असतोच असतो (आणि एक कडक्क बटरचे पाकिटही) माझ्यासाठी सांबार, त्याखाली दडलेला उपमा आणि बाजूला तोच बटाट्याचा लगदा आणि बन पण होता. तो मधला कोण जो होता तो, आमच्या दोघांचे वेगवेगळे मेन्यू बघून यातले काय घ्यावे या संभ्रमात पडला. आम्ही काट्या चमच्यांनी त्यावरती (म्हणजे त्या माणसावरती नाही तर ब्रेकफास्टवरती) तुटून पडलो.

आता बराच वेळ झोपून उठल्यावर तिने आपली बोलण्याची इनिंग सुरू केली. प्रथम मधला जो कोणी होता, ते तिने शोधून काढले. कोईम्बतूरचा हा चंद्रचूड नावाचा मुलगा, किंग कॉलेज लंडनमध्ये इतिहास शिकायला चालला होता. त्याचे हे आता कितवे वर्ष? राहायची तिथे सोय कशी आहे? अशा त्यांच्या गप्पा रंगल्या. तेवढ्यात मधल्या सीट वरती बसलेल्या फॅमिलीचे दीड वर्षाचे मूल तिला दिसल्यावर ती आपल्या सीट वरूनच त्या मुलाला खाणाखुणा करून कुकूक खेळायला लागली. त्या मुलाने रात्रभर रडून त्याच्या पालकांना आणि आजूबाजूच्या साऱ्यांना त्रास दिलेला आहे याचा तिला पत्ता नव्हता. आता खिडकीतून खालची हिरवीगार शेते आणि छोटी छोटी घरे दिसायला लागली. तिने आपल्या आयफोन मधून फोटो काढायला सुरुवात केली. मग फोटो काढायला चंद्रचूडही सरसावला म्हटल्यावरती मी फोटो तुला एअरड्रॉप

करते असे तिने त्याला सांगितले, विमानात बसलेल्या मला हे एअर ड्रॉप म्हणजे काय? हे अर्थातच माहित नव्हते. कॅप्टन आता आपल्या गंभीर आवाजात खालचं तापमान, लंडन पासूनच अंतर वगैरे आकडे सांगून झाल्यावर "या परत असेच, ब्रिटिश एअरवेज ने प्रवास करायला" असे नेहमीचे आमंत्रण देऊ लागला. राजीवने आमच्या समोरच्या सीटवर बसून त्या इंटर कॉम वरून हिंदीमध्ये काही अनाउन्समेंट केल्या आणि आमचे विमान खाली उतरू लागले. पाच मिनिटांनी एक धापदिशी आवाज आला आणि "आता एकदाचे जमिनीवर आलो" हे म्हणणारा सुस्कारा मी सोडला.

विमान थांबल्यावर साऱ्या प्रवाशांना कधी एकदा उभे राहून माझे सामान धडाधड काढतो असे झाले. पण विमान उतरले तरी बराच वेळ झाला आम्हाला ब्रिटिशांच्या भूमीवर पाय ठेवायला मुभा मिळाली नाही. ही वीस मिनिटे ती समोर बसलेल्या राजीवशी बोल बोल बोलली. तो चक्क कांदिवलीचा निघून त्याचे शिक्षण बोरिवलीतल्या सेंट फ्रान्सिस शाळेमध्ये झालेले आहे, हे कळल्यावर तर बोलण्याला सुमारच राहिला नाही. अजून विमानातून उतरायला वेळ आहे म्हटल्यावर पाठच्या दोघी तिघी जणी क्रमाक्रमाने मेकअपचं सामान घेऊन समोरच्या टॉयलेट मध्ये घुसल्या. त्यांना बघून हिने जे नाक मुरडले त्याला तोड नाही. शेवटी एकदाचे आमच्या विमानाचे दरवाजे उघडले. राजीव सकट साऱ्या हवाई सुंदरींनी आपापल्या कॅप चढवून आम्हाला गुडबाय केले आणि आम्ही दोघे हीथ्रो विमानतळावरती उतरलो.

साऊद्‌अँप्टन

कोणत्याही परदेश प्रवासात एअरपोर्ट वरती पोहोचल्यानंतर परदेशात पोहोचल्याची खरी जाणीव तिथल्या इमीग्रेशन काउंटरवर पोहोचल्यावर होते. तिथे ठिकठिकाणी बिझनेस क्लास, ओन्ली यूएस सिटिझन्स, ब्रिटिश सिटिझन्स आणि बाकी सारे इतर, असे काउंटर असतात. मग आम्ही जगातले "बाकी सारे असल्याने" त्या सर्वात लांबलचक लाईनीत उभे राहिलो. या वेळी लाइनीच्या एका कॉर्नरला स्प्रिंग वॉटर च्या कॅन्सची रास रचून ठेवली होती. तिथून पुढे सरकताना समोर फुकट पाणी मिळत आहे म्हणून तहान नसतानाही मी एक कॅन उचलला. मायभूमीत नसल्याने, पाणी प्यायला आणि त्याचे उत्सर्जन करायलाही कधी कधी डॉलर मध्ये पैसे मोजायला लागतात हे अनुभवाअंती सिद्ध झाल्याचा हा परिणाम!. साधासा तो कॅन उघडायला मोठी कसरत करायला लावणारी बटणे त्याला होती. तो साधासा कॅन उघडताना मला नाकीनऊ आले. तो कॅन जमिनीवर आपटून, फोडून प्यायचा विचार मनात येत होता तेवढ्यात पॅकीने स्वतःचा कॅन उघडून मला दिला आणि त्या नामुष्कीतून वाचवले. एखादा कॅन उघडून आपली रिकामी बाटली भरावी का हा विचार मी करतो ना करतो तोवर आमची काउंटरवर पोहोचण्याची वेळ आली. आम्हा दोघांनाही "फॅमिली" असल्याने एकत्र काउंटरवर जाण्यास दिले गेले. तिथे पासपोर्ट घेऊन नेहमीचे "किती दिवस युकेमध्ये आला आहात" "कशासाठी आलाय" असे प्रश्न विचारल्यावर हिने नेहमीप्रमाणे त्यांच्या ब्रिटिश ऍक्सेंटला मॅच करत उत्तर दिले.

आम्ही इथे कायमचे राहण्यासाठी आलेलो नाही आणि इंग्लंडची ढासळती अर्थव्यवस्था थोडे पैसे खर्च करून सुदृढच करू ह्याची खात्री पटल्यावर त्याने धाप धाप करत आमच्या पासपोर्टवर तारखेचे स्टॅम्प मारले. हे धाप धाप स्टॅम्प पासपोर्टवर नक्की कोणत्या पानावर मारावेत आणि खरे कुठे मारले जातात याबद्दल काही नियम वगैरे आहेत का? असे प्रश्न मला नेहमी पडतात. कारण माझा पासपोर्ट अशा अगम्य धाप धाप स्टॅम्पनी कोणताही क्रम न पाळता भरून गेलेला आहे. त्यानंतर इमिग्रेशन ऑफिसरने एक आपल्याला न दिसणारे बटन दाबले आणि आमचा ब्रिटिश भूमीवर पाय ठेवण्याचा दरवाजा उघडला.

एयर पोर्ट वरील अनोळखी वाटणाऱ्या जिने आणि पॅसेज मधून लीलया खाली वर करणाऱ्या पॅकी पाठोपाठ मी आता चढू उतरू लागलो (पुढचे वीस दिवस हेच करायचे होते!) आणि कुठल्या सरकत्या पट्ट्यावर आपले सामान येणार याचा (तिला) उलगडा झाल्यावर आमच्या स्वाऱ्या थांबल्या. मॉन्टेसरीची शाळा सुटल्यावर पालक जसे शाळेच्या गेटच्या बाहेर आपलं पोर कधी बाहेर येतंय याची प्रेमाने टाच उंचावून वाट बघत असतात त्याच आतुरतेने आणि चेहरा कळवळलेला करून विमानातले सगळे प्रवासी आपल्या बॅगेच्या आगमनाची वाट बघत होते. पोरं कशी नाचत, एकमेकांशी भंकस करत बाहेर येतात तश्याच या बॅगासुद्धा एकमेकांना धक्काबुक्की करत पट्ट्यावरती येताना आम्हाला दिसल्या. मग मी नेहमीप्रमाणे दोन राउंड झाल्या, तीन ब्यागा तर चार वेळा दिसल्या, आपली एखादी बॅग हरवली तर नाही ना, या विचारात होतो. एकदाच्या सगळ्या बॅगा हातात आल्या आणि बाहेर पडल्यावर लंडनच्या आकाशाचे, जमिनीवरून प्रथम दर्शन झाले. आमचे विमान उशिरा लँड झाल्याने पावणे दहाची बस, ज्याचे आम्ही आधीच तिकीट काढले होते, मिळेल की नाही याची चिंता आम्हाला होती. अर्थातच वोकिंग स्टेशनला जाणारी बस पकडण्यासाठी आम्ही घाईघाईने बस स्टॅन्ड शोधायला सुरुवात केली. हे करण्यासाठी एक दोघांशी बोलण्याचे, अतिशय आवडीचे काम हिने पटकन केले. ह्या साऱ्या प्रवासांच्या दिवसात अनोळखी लोकांशी जास्तीत जास्त बोलणे ही तिची तिला सर्वात जास्त आनंद

देणारी कामगिरी असते, तर मला मुळात बोलायचा कंटाळा त्यात यांचे इंग्लिश समजण्याचे वांधे, यामुळे मी तिला ही कामगिरी करायला बिनशर्त मुभा देतो.

हिथ्रो टर्मिनल पाच वरून बस पकडून वोकिंग स्टेशनला आम्ही अर्ध्या तासात पोहोचलो. रात्रभराची जागरणभरी झोप आणि उलटे सुलटे खाणेपिणे यामुळे खरे तर आमचे पोटही टू इट ऑर नॉट इट या प्रश्नाने गोंधळलेले होते तरी पण अर्थातच दोन सँडविचेस, एक डोनट आणि जेम्स गोळ्या वगैरे यांची खरेदी झाली. या सर्व प्रवासात आणि जिथे जिथे थांबलो त्या त्या ठिकाणी आपल्या बॅगांवरती एक तिरपी नजर मी सतत टाकत होतो. ट्रेन पकडून साऊद्अँप्टन सेंट्रलला पोहोचल्यावर हिने सराईत पणे दोन जॉर्जियन टाऊन हाऊस, पाच पोर्टलंड, साऊद्अँप्टन, युके, हा पत्ता आपण इथेच लहानाचे मोठे झालो या थाटात ॲपवर टाकला. पाचव्या मिनिटाला उबर हजर होऊन आम्ही आमच्या एअरबीएनबी ला पोहोचला सुद्धा! पॉलने घरात शिरण्यासाठीचा नंबर कोड आधीच मेसेज केलेला असल्याने, फटाफट खुलजा सिमसिम सारख्या थाटात त्याच्या घराचा दरवाजा उघडला. छोट्या अरुंद पॅसेज नंतर चढायला त्याहून अरुंद वळणवळणाचा जिना आम्हाला समोर दिसला, त्या जिन्यावरती आम्ही पहिले पाऊल उचलून दुसरे पाऊल टाकल्यावर ती जिन्याची पायरी, नंतर पूर्ण जीना, वरचा मजला सारे काही करकर वाजायला लागले. आम्ही चार तास आधी चेकिन करतो आहोत म्हणून जणू त्या साऱ्यांनी निषेधच केला म्हणा ना! हिने जड अंतःकरणाने आणि मी जड हाताने आमच्या साऱ्या बॅगा तिथेच सोडून दिल्या आणि भर दुपारचे साऊद्अँप्टन बघायला बाहेर पडलो.

आता साऊद्अँप्टन म्हणजे काही प्रेक्षणीय स्थळ नाही ते एक साधे बंदर असणारे छोटे शहर आहे पण परत साऊद्अँप्टनला आपण कधी येणार ह्या चिंतेपायी आम्ही भर दुपारी दोन वाजता भटकायला सुरुवात केली. कोणत्याही ट्रीप मधला सगळ्यात पहिला दिवस आणि ते पहिले ठिकाण मला नेहमी सगळ्यात जास्त प्रिय वाटते. या सहल जीवनात केलेल्या पंधरा मोठ्या ट्रिपमध्ये मी नक्की कुठे कुठे गेलो हे भले मी विसरलो असेन पण प्रत्येक ट्रिपचा पहिला

दिवस माझ्या हमखास लक्षात आहे. उदाहरणच द्यायचं झालं तर आमच्या वीस वर्षांपूर्वीच्या पहिल्या वहिल्या युरोपियन ट्रिपचा पहिला दिवस. त्या दिवशी भेटलेल्या कुरळ्या लांब केसांच्या हॉप ऑन- हॉप ऑफ ड्रायव्हरपासून त्या हॉटेलच्या फ्रीजमध्ये (विकत घेतलेल्या आणि) चुकून राहिलेल्या चार चेरी टोमॅटोज पर्यंत सारे काही माझ्या लक्षात आहे. अर्थातच साऊद्‌अँप्टनचा हा दिवस तसाच तर होता. भले दमलेलो असू पण आमचे कान, डोळे, नाक, नवीन शहर अनुभवण्यासाठी आतुरलेले होते आणि उत्साह तर एवढा होता की जणू सारे अनुभव टिप कागदागत शोषून घेण्यासाठी मन आतुरलेले होते.

साऊद्‌अँप्टनच्या हाय स्ट्रीटवर आम्ही पोहोचलो तेव्हा दुपारच्या दोन वाजता सुद्धा लख्ख ऊन असूनही हवेत सणसणीत गारवा होता आणि वरचं निळंभोर आकाश अगदी निरभ्र होते. आकाशाच एक आहे. तुम्ही जेवढे आरामात असाल तेवढं ते जास्त छान दिसतं. आकाशाचा रंग, अगम्य आकृतीतले त्यावरील ढग आवडणे न आवडणे हा सारा मनाचा खेळ आहे. अर्थातच साऊद्‌अँप्टनच्या आकाशावर आम्ही फिदा नसतो झालो तरच नवल! हाय स्ट्रीटवर सेन्सबेरी, एचएमव्ही, रसेल एण्ड ब्रिमली, ॲपल स्टोअरस अशी तऱ्हेतऱ्हेची दुकाने दुतर्फा झाडून उभी होती. पण आजचा दिवस कोणत्याही दुकानात शिरून तिथली कृत्रिम हवा खाण्यासाठी नव्हता. हाय स्ट्रीट हा इथला मेन शॉपिंग डिस्ट्रिक्ट असल्याने माणसे भरपूर होती पण आपण भारतीयांनी "भरपूर माणसे असणे" हे वेगळ्या लेव्हलवर नेलेले आहे. दिल्लीचा "चांदणी चौक" नाही तर बांद्रयाचा "लिंकिंग रोड" आठवा. एखाद्या बिन सणासुदीच्या शनिवार रविवारी सुद्धा चेंगराचेंगरी होईल की काय अशी भीती वाटावी इतकी माणसे, बायका, पोरंपोरी शॉपिंग करत असतात. अनेक कर्णकर्कश्श आवाजांचा, वासांचा तिथे कोलाहल असतो. ह्या हाय स्ट्रीटवर तुम्ही आरामात चालू शकत होतात. शॉपिंग केलेल्या दोन्ही हातातल्या बॅगा हात लांब करून तुम्ही "अरे यार, काय मस्त शॉपिंग केलं आज" म्हणून आपल्या भोवती गिरकी घेतली असती तर तुम्ही कोणावर आदळला नसतात, ना इथे फुटपाथवर आपल्या आवडीचे फेरीवाले होते ना दिव्यांच्या खांब्यावर लावलेली पुढाऱ्यांची पोस्टर होती, ना कोणत्याही क्षणी

आपल्याला धक्का मारून जातील अशा रिक्षा इथे होत्या. युरोपियन, कोरियन, ब्लॅक, यलो, व्हाईट साऱ्या वर्णांची माणसे हाय स्ट्रीटवर कसलाही फार आवाज न करता हातात हात घालून प्रसंगी एकमेकांना मिठी मारत, नाही तर चुंबन देत फिरत होती. रस्त्याच्या मधोमध असलेल्या भरपूर रुंद फुटपाथवर गार्डन मध्ये असतात तसे हिरव्या रंगाचे लोखंडी बेंचेस होते. कोण कोण तिथेच बसून आरामात गप्पा मारत किंवा हातातले मोठे बॅगेट खात, नाहीतर स्टारबक्स कॉफीचा भला मोठा कप घेऊन बसलेले दिसले. मी हे बघितलं आहे की इथेच नाही तर युरोप, अमेरिकेत कुठेही, रस्त्यावरती चालताना, ट्रेनमध्ये उभे राहून, बसमध्ये बसल्या बसल्या, साऱ्या वयाची माणसे न लाजता खात-पीत असतात. आता रस्त्यावरचे खाण्याच्या बाबतीत खरे तर, आपलाही कोणी हात (आणि तोंडही) धरू शकणार नाही. तरी तुम्ही बघाल की आपल्या शेजारी राहणारा पाटील असो पटेल असो किंवा परेरा असो, रस्त्यावरचा वडापाव नाहीतर भेळ तिथल्या तिथे उभा राहून खाईल किंवा पार्सल करून घरी जाऊन खाईल. रस्त्यावर चालत खाणे आपल्याकडे कोणताही नियम नसताना वर्ज्य आहे. मला तर वाटतं की भारतीय सोडून जगात घरात जेवण, सकाळचा नाश्ता वगैरे करण्याची पद्धतच नसावी. इथेही लोकं सारं काही सार्वजनिक ठिकाणी खात पीत होते, त्यांच्या त्या बर्गरचा, त्यातल्या कोल्ड कटचा, कॉफीचा असे वेगवेगळे वास हवेत कॉकटेल बनून नाकाला जाणवत होते.

लंडनपासून साधारण दीडशे मैलावरचे हे शहर युरोपमधले अत्यंत महत्त्वाचे बंदर आहे. जगातील यच्चयावत क्रूझ कंपनींचा हा एक महत्त्वाचा स्टॉप आहे. साऊद्अँप्टनला दोन हजार वर्षांपूर्वीपासूनचा ज्ञात इतिहास आहे. इथे भटकत असताना फुटपाथ वरती आम्हाला काय काय लिहिलेले असलेल्या लोखंडी फरश्या दिसल्या. वाचायला गेलो, तर होते तर ते इंग्लिश पण आपल्या मोडी भाषेसारखी ही लिपी इंग्लिश असूनही वेगळी होती पण आमच्याकडे वेळच वेळ असल्याने आम्ही ठराविक अंतरावर असलेल्या त्या फरशांवरती काय लिहिले आहे ते वाचत वाचत पुढे निघालो. हजारो वर्षांपूर्वीच्या रोमन जॉर्जियन सेक्सॉन मंडळींचे संदर्भ येथे सापडले. कोणी कोणी या साऊद्अँप्टनवरती पूर्वीच्या काळी

स्वारी केली युद्धे झाली ते लिहिलेले होते. जॉर्जियन काळात साऊद्‌अँप्टन चक्क स्पा-टाऊन म्हणून प्रसिद्ध होते आणि ह्या स्पाचा आनंद लुटण्यासाठी श्रीमंत मंडळी इथे मोठमोठे राजवाडे बांधून राहत होती. ह्या इथून सुटणारी जहाजे अटलांटिक ओलांडून साऱ्या जगभर पोहोचायची. हे सारे संदर्भ वाचता वाचता आम्ही बार गेटशी कधी पोहोचलो हे कळलेच नाही.

बार गेट हा इथल्या प्राचीन शहराला शत्रूपासून दूर रोखणाऱ्या संरक्षक भिंतीचा भाग आहे जो अजून बऱ्यापैकी शाबूत आहे. शाबूत आहे कसला, ह्या लोकांनी तो इतिहास कसोशीने जपला आहे. बार गेटच्या भिंती चांगल्या रुंद असून तिथेच कैद्यांना बंदिस्त करण्यासाठी असलेला तुरुंगही आम्ही पाहिला. इथे एकमेकांचे फोटो काढण्याचा, सेल्फी घेण्याचा आमचा ट्रिप मधला पहिला सेशन झाला. हिने मला उभं राहून, बसून, बार गेटच्या चौफेर फोटो काढायला लावले म्हणजे मी तिचा फोटो काढताना उभे राहायचे, बसून राहायचे किंवा मधल्या उत्कटासनात उभे राहून फोटो काढायचे! माझी ही कसरत बघून जिप्सीगत दिसणारी एक युवती माझ्या मदतीला आली. परदेशात कोणीही परका परदेशीय माणूस आपल्याला आपण होऊन हाक मारत नाही किंवा स्पर्शही करत नाही. ही जिप्सीगत दिसणारी मुलगी माझ्या एवढ्या जवळ आल्यावर मी तर प्रथम घाबरलोच पण तिने प्रेमाने आमच्या दोघांचे बार गेटच्या समोर छान छान फोटो काढले आणि अशा रीतीने माझा स्वतःचा ह्या ट्रिप मधला पहिला फोटो निघाला.

बार गेटला लागूनच एक बांगलादेशीय जोडप्याचा स्ट्रीट फूड स्टॉल होता. थोडेसे का होईना आपल्याला माहितीचे खाण्याचे पदार्थ बघितल्यावरती मला चक्क तिथले कबाब वगैरे खाण्याचा मोह झाला पण तो मोह टाळून आम्ही साऊद्‌अँप्टन गल्लीबोळ धुंडाळायला निघालो. ही अनोळखी शहरात, गल्लीबोळात फिरण्याची मजा तुम्हाला एखाद्या ट्रॅव्हल कंपनी बरोबर फिरायला आला असाल तर कधीच मिळत नाही. इथल्या गल्ली बोळातले ड्युक ऑफ वेलिंग्टन अथवा कॉफी शॉप आणि आयरिश बार्स वर नजर टाकत टाकत

आम्ही खूप फिरलो. तिथे एक दुसऱ्या महायुद्धात उध्वस्त झालेले चर्च दिसले. एका घराच्या बाहेरच्या पाटीशी मी रेंगाळलो. शंभर वर्षांपूर्वी बुडालेल्या टायटॅनिक मधल्या कोणा एका आर्थरचे ते घर होते. एक म्युझियम इथे होते ज्याची बित्तमबातमी आम्ही मुंबईत बसून काढली होती पण आज ते नेमके बंद होते. दोन एक तासाची ही सैर झाल्यावरती आम्ही बंदरावर पोहोचलो. त्याआधी ट्रेन मधून पाहिलेली "इचन नदी" समुद्राला नक्की कुठे मिळते ते मला पहायचे होते पण तेवढे फिरायला आम्हाला वेळ नव्हता कारण एकच तर दिवस इथे आम्ही राहणार होतो.

अजून हे पहायचं राहिलं नी ते पाहायचं राहिलं अशी हुरहुर मनात ठेवून एखादं अनोळखी शहर नाहीतर गाव सोडावं लागणं याच्यासारखं रोमँटिक काही नाही कारण त्यामुळे त्या ठिकाणी परत जाण्याची मनाला एक ओढ लागते. संध्याकाळी सहा सात पर्यंत फिरून आम्ही घरी परत आलो तेव्हा मला वॉशिंग मशीन लावून हे अंगावरचे कपडे धुऊन कधी एकदा वाळवायला टाकतो असे झाले होते तर पॅकी उद्याच्या क्रूझ साठी घालायला आणलेला माझा ड्रेस "गडे गेला कुठे" हे तिच्या अवाढव्य बॅगेत धुंडाळत होती.

क्रूझ प्रवेश

ज्या क्रूझसाठी हा बोरिवली -मुंबई ते साऊद्‌अँप्टन-इंग्लंडचा प्रवास केला होता त्या क्रूझला बघण्याचा, त्यात शिरण्याचा दिवस अखेरीस उजाडला. आदल्या दिवशी वॉशिंग मशीनमधून आलेला तोच मुंबई ते लंडन प्रवास केलेला शर्ट व पॅन्ट मी अंगावर चढवली. हिने पहिल्या वहिल्या क्रूझवरील दिवसासाठी मुद्दामून पॅक केलेले क्रूझ स्पेशल कपडे घातले. एकच दिवस इथे राहत असल्याने आम्ही फारसे पसरलेलो नव्हतो. मोठ्या बॅगा तर आम्ही खालतीच ठेवून दिल्या होत्या. त्यामुळे बाकीचे सामान खालती उतरवेस्तोवर उबर दाराशी आली देखील. उबर ड्रायव्हरने आमचे सामान पटापट डिकीमध्ये ठेवले आणि साऊद्‌अँप्टनच्या बंदराकडे जायला आम्ही निघालो.

आमच्या उबर ड्रायव्हरचे नाव होते अरिफ. बोलता बोलता हा आपल्या शेजारच्या देशातला आहे हे लक्षात आले. (त्याच्या कपाळावरचा फिकट काळ्या रंगाचा डाग बघून मी आधीच अंदाज बांधला होता). हा आरीफ आपल्या बॉलीवूड मधल्या रजत कपूर सारखा एव्हढा सारखा दिसत होता की ते त्याला सांगितल्याशिवाय आम्हाला राहवले नाही. त्याची तुलना हिंदी सिनेमा नटाबरोबर आम्ही केल्यावर प्रसन्न चेहऱ्याचा आरिफ अजूनच खूष झाला. त्याने जाता जाता साऊद्‌अँप्टनबद्दल अजून बरीच माहिती सांगितली. इथे दरवर्षी भरणाऱ्या मेरीटाइम एक्झीबिशन्सविषयी (मेरीटाइम एक्झीबिशन म्हणजे आपण कसे फर्निचरच्या आणि सोफा सेटच्या प्रदर्शनात जातो तसे हे विकण्यासाठी

ठेवलेल्या छोट्या मोठ्या खाजगी बोटींचे पाण्यातले डुलते प्रदर्शन) त्याने आमचे ज्ञानप्रबोधन केले आणि स्वतःची खाजगी पंचतारांकित बोट-बीट घ्यायला येणाऱ्या धनिक लोकांनी केलेल्या लाखो डॉलरच्या उलाढालींबद्दल बरीच काही सविस्तर माहिती आम्हाला दिली. बंदरामध्ये पोहोचता पोहोचता आम्हाला एक मेरीटाईम एक्झीबिशन भरलेले दिसलेसुद्धा!!! मी आपला स्वतःची बोट खरेदी करण्यासाठी आलेल्यांचे एखादे बोट तरी दिसते का ते उबर मधून बघू पाहत होतो.

मुंबईतल्या «भाऊचा धक्का» नामक बंदरावरून कधी बोट म्हणा, गलबत म्हणा, जहाज म्हणा पकडण्याचा योग आयुष्यात आला नव्हता. आज कित्येक हजारो किलोमीटरवरील साऊदअँप्टनच्या बंदरात मी शिरत होतो, बंदरात जरा आत शिरलो काय, महाकाय आकाराचे जहाज दस्तुरखुद्द आमच्या समोर उभे होते. पांढऱ्या रंगाचे, बारा मजली, वरच्या छतावर वेगवेगळ्या आकाराचे अँटिना आणि झेंडे मिरवणारे ते जहाज! त्याच्या जणू कमरेशी, साधारण तिसऱ्या मजल्या वरच्या प्रत्येक डेकशी, विशिष्ट अंतरावर लाईफ बोट बांधलेल्या दिसत होत्या. पटकन एका नजरेत साऱ्यांना पुरेशा लाईफ बोट्स आहेत की नाही हे पाहायचा निष्फळ प्रयत्न मी केला. क्रूझच्या स्टाफने आमचे सगळे सामान एका विशिष्ट ठिकाणी ठेवायला सांगितले. बऱ्याच क्रूझकरांची, त्यावरती आपल्या स्टेट रूमच्या नंबरचे टॅग लावण्यासाठी, ते प्रिंट करण्यासाठी धावपळ चालली होती. हिने अर्थातच हे टॅग बोरिवलीतच प्रिंट वगैरे करून घेतले होते आणि आदल्या रात्रीच आम्ही ते लगेजच्या हँडलला लावूनही टाकले होते. ५०९० या नंबरच्या आमच्या रूमचा टॅग, अधिक आमच्या नावाचा आणि पत्त्याचा टॅग, अधिक तिच्या लंडनला राहणाऱ्या भाच्याच्या पत्त्याचा टॅग, असे तीन टॅग मिरवत आमच्या बॅगा आत शिरायला सज्ज होत्या. सामान स्टाफकडे सुपूर्त करून आम्ही रुबाबात जहाजात प्रवेश केला. तिथे अतिशय शिस्तीत तीन लाईनीमध्ये सारेजण शांतपणे, काहीही चुळबूळ न करता उभे होते. क्रूझच्या युनिफॉर्म मधला स्टाफ, हातामधला बोर्ड उंचावत सगळ्यांना बरोबर मार्गदर्शन करत होता. या स्टाफ मध्ये एक सरदारजी आणि एक साउथ इंडियन स्टाफ मी

बरोब्बर हेरला. काउंटर वरती पोहोचल्यावर तिथे आमचे पासपोर्ट आणि पेमेंट केल्याची रिसीट पाहिली गेली. आमचे एअरपोर्टवर इमिग्रेशनला काढतात तसे फोटो काढण्यात आले. आमच्या नावाची लॅमिनेटेड स्मार्ट आय कार्ड्स (बारकोड वाली) आम्हाला देण्यात आली आणि आमचे पासपोर्ट तिने स्वतःकडे ठेवले. हे पासपोर्ट दोन दिवसांनी होणाऱ्या पहिल्या एक्सकर्शनच्या आधी आम्हाला मिळणार होते. पासपोर्ट तिने काढून घेतल्यावर माझ्या काळजाचा एक ठोका चुकला. एकदा का विमानाने मुंबईची जमीन सोडली की दर अर्ध्या तासाने जिथे कुठे पासपोर्ट ठेवला असेल तिथे हात लावण्याची मला सवय! त्यामुळे पासपोर्ट ऐवजी या क्रूझच्या आयकार्डलाच आता हात लावावा लागणार होता. क्रूझ वरती तुमच्या रूममध्ये पोहोचेस्तोवर किमान पाच-सहा तास लागतात असे वाचण्यात आले असल्याने आम्ही अगदी लवकर पोहोचलो होतो. एव्हढेच नव्हे तर आमचे स्विम सूट (समुद्रांत नव्हे, जहाजावरल्या तलावात पोहायला, उगाच गैरसमज नको!!) बरोबर घेऊन फिरत होतो. पण इथे तर आम्हाला एकावर एक सुखद धक्के मिळत होते. लाईनी भराभर पुढे सरकत होत्या. फ्लाइट मध्ये शिरताना कसे लांबलचक कॉरिडोर असते तशा कॉरिडोर मधून आम्ही दोघेही अतिशय भराभर पुढे जात होतो. जहाजाच्या अगदी प्रवेशद्वाराजवळ आम्ही आमचे आयकार्ड स्कॅन केले काय आणि ट्रिंग असा आवाज झाला आणि आम्ही एकदाचे अधिकृत क्रूझकर झालो.

आत शिरता क्षणीच, एअरपोर्ट वरती असल्यागत प्रॉपर चेकिंगला आम्ही सामोरे गेलो. कोणतीही बाहेरची खाण्याची आणि पिण्याची गोष्ट आत घेऊन जाण्यास परवानगी नव्हती. जसे विमानात आपत्कालीन परिस्थितीत काय करायचे हे सांगितल्याशिवाय विमान उडू देत नाहीत तसाच प्रकार ह्या जहाजातही होता. हे दोन हजार टनाचे जहाज बुडायला लागल्यास, त्याला आग लागल्यास, नेमके कुठे जमायचे हे प्रत्येकाला दाखवण्याचा स्टाफने विडाच उचलला होता. ही आपत्कालीन परिस्थितीत जमण्याची जागा शोधता शोधताच, भीतीने माझी त्रेधातिरपीट झाली. असो. ‹हे जहाजही लेकांनो बुडू शकते› हे आमच्या मनावर पुरेसे ठसवल्यानंतर आम्हास त्याचे अंतरंग पाहण्याची परवानगी एकदाची

मिळाली. क्रूझ ह्या विषयाच्या अति संशोधनामुळे, जहाजामध्ये शिरल्यापासून रूम मिळेस्तोवरच्या वेळेत काय काय करायचे ह्याचे कमांडो स्टाईल ट्रेनिंग मला मुंबईतच मिळाले होते. त्या ट्रेनिंगनुसार मी चपळाईने रेस्टोरंट बुकिंगच्या लाईनीत उभा राहिलो जेणेकरून आम्हाला सगळ्यात छान दिवशी आणि छान वेळेच्या स्लॉट मध्ये मस्त कँडल लाइट डिनर आता घेता येणार होते आणि त्याच वेळी हिने स्पा च्या अतिशय वेगाने वाढणाऱ्या लाईनीत डाव्या बाजूने बगल मारत, अखेरीस बाजी मारून, पाहिजे त्या दिवसाचे मॉलिशचे तास बुक केले आणि बऱ्याच गौरांगनांना निपचित केले (अशी ही आमची भारतीय नारी, सबपे भारी!!!)

ह्या सगळया गोष्टी ठरवल्याप्रमाणे झाल्या आणि तितक्यात आपण सारे आता आपापल्या स्टेटरूम मध्ये जाऊ शकता, अशा घोषणा सुरु झाल्या. क्रूझमधल्या स्वतःच्या रूममध्ये कसे जायचे हे दाखवणारे बोर्ड एव्हढे योग्य रीतीने लावले होते की कुणाला वेगळे सांगायची गरजच नव्हती पण "आम्ही तुमच्या तिन्ही त्रिकाळ दिमतीला आहोत" हे जणू पहिल्या क्षणापासून सिद्ध करायला क्रूझचा सगळा स्टाफ जागोजागी उभा होता. पाचव्या मजल्यावरती लिफ्टने आम्ही पोहोचलो आणि एक लांबलचक कॉरिडोर समोर दिसला. पूर्ण कॉरिडॉरभर असणाऱ्या लाल रंगाच्या मखमली कार्पेटवर वेगवेगळ्या रंगाचे छोटे छोटे मासे असणारे डिझाईन होते. (पुढच्या दहा दिवसात ह्या माशांना इतके वेळा बघितले गेले की साऱ्या माशांमध्ये एकच मासा उलट्या दिशेने पोहत आहे हे ही कळू लागले. ह्या मध्ये काय गूढ अर्थ वगैरे आहे का, ते ज्याचे त्याने ठरवावे!) सम आकड्यांनी शेवट होणाऱ्या सगळया स्टेट रूम्स बाहेरील बाजूस म्हणजे समुद्राकडे तोंड करून होत्या, जसे की आमची रूम, तर विषम नंबराने शेवट होणाऱ्या स्टेट रूम्स आतील बाजूस, क्रूझच्या आत मध्ये तोंड करून होत्या. सहाव्या, सातव्या आणि आठव्या मजल्यावर अशा सगळया स्टेट रूम्स होत्या. सगळ्यात वरच्या मजल्यावर, म्हणे विमानात बिझनेस क्लास असतो तशा बाल्कनीवाल्या रूम्स होत्या आणि चक्क समोर बाग आणि फुलझाडे असणारा सुइट पण होता, हे दोन-चार दिवसांनी आमच्या लक्षात आले.

तर या कॉरीडॉर मधून आम्ही एकेक रूमचा नंबर बघत बघत, त्या माशांच्या दिशेने चालत आमच्या रूमशी पोहोचलो. दरवाज्याच्या सेंसरला आयकार्ड टॅप केले आणि रुममध्ये शिरलो. शिरल्या शिरल्या उजव्या बाजूला एक दरवाजा होता जो उघडल्यावर एक छोटेखाली शॉवर रूम, बेसिन आणि टॉयलेट होते. एखाद्या फाइव स्टार हॉटेलात असतात तसे वेगवेगळ्या आकारांचे पांढरे टर्कीश टॉवेल्स नीटपणे मांडून ठेवले होते. शाम्पू, कंडिशनर्स, बॉडी वॉशच्या बाटल्या होत्या. डाव्या बाजूला एक मोठे युनिट होते ज्यात हँगर्स असून खालती बॅगा ठेवण्यासाठी जागा होती आणि एक नंबरवाला लॉकरही होता. थोडे पुढे आल्यावर समोर एक डबल बेड आणि त्याच्या दोन्ही बाजूला दोन डेस्क होती आणि बरोबर मध्ये एक मोठी काचेची, अर्थात न उघडणारी खिडकी होती जिथून आम्हाला पुढचे दहा दिवस अटलांटिक आणि आयरिश समुद्राचे सतत दर्शन होणार होते आणि हो विसरलोच, एक ड्रेसिंग टेबल होते जिथे एक फ्रुट बास्केट, आमचे नाव लिहिलेले वेलकम कार्ड आणि शँम्पेन बॉटल होती.

घरातून निघाल्यापासून "मी ना एक इंडल्ज-इन रोमांस पॅकेज घेतले आहे" असे ही मला सारखे सांगत होती. आता ही सारी क्रूझच एक मोठा इंडल्जन्स असताना, हे अजून काय पॅकेज? याची मला कल्पनाच नव्हती. पण क्रूझच्या डायरेक्टरने पाठवलेल्या पत्रात ह्या रोमान्स पॅकेजचा मला उलगडा झाला. हे पॅकेज खरे तर हनिमून किंवा लग्नाचा वाढदिवस साजरा करणाऱ्या क्रूझकरांसाठी खास बनवले गेले होते. तब्बल तीस वर्षे लग्नाला झालेल्या आम्हा दोघांसाठी हे पॅकेज, ज्यांचा हा ना हनिमून होता ना लग्नाचा वाढदिवस होता, खरे तर लागू पडत नव्हते पण मला वाटतं, अजून चार महिन्यांनी येणारा आमच्या लग्नाचा वाढदिवस आम्ही जणूकाही इथे साजरा करणार होतो. तर या रोमान्स पॅकेजमध्ये एक मोठी फळांची परडी, स्पार्कलिंग वाईन आणि चॉकलेटने माखलेल्या स्ट्रॉबेरीज, आम्हाला आगमन झाल्या झाल्या मिळणार होत्या (मला मुंबईच्या ट्रॅफिक सिग्नलला मिळणाऱ्या स्ट्रॉबेरीजच्या बॉक्सेसची आठवण झाली ज्यात फक्त वरच्या स्ट्रॉबेरीज मोठ्या आकाराच्या असून खाली असलेल्या स्ट्रॉबेरीज सगळ्यात छोट्या आणि केबिलवाण्या असतात) आणि पॅकेजमधले

हे सगळे जर आम्ही पोहोचल्यावर आम्हाला दिसले नाही आणि संध्याकाळी सहापर्यंतही या स्ट्रॉबेरीज (चॉकलेट वाल्या) आणि वाईनची बॉटल पोहोचली नसेल तर कोणत्या नंबरवर फोन करायचा आहे हे त्या प्रेमपत्रात लिहिलेले होते. ह्या व्यतिरिक्त या रोमान्स पॅकेज मध्ये दोघांनाही तीस मिनिटांचा हाफ बॉडी स्वीडिश मसाज, २ बेडमध्येच दिले जाणारे ब्रेकफास्ट (तुम्ही म्हणाल केव्हढा हा आळशीपणा!!!) दोन रोमहर्षक अर्थातच रोमँटिक डिनर, एक फुकट कॉम्प्लिमेंटरी रेड किंवा व्हाईट वाईन बॉटल आणि सर्वात शेवटी पण तेवढेच महत्त्वाचे म्हणजे जहाजावरील फोटोग्राफरने काढलेले तीन फोटो आम्हाला मिळणार होते. किती ती गंमत! ह्या रोमान्स पॅकेज बद्दल अजून सविस्तर माहिती पुढील प्रकरणात आहे (जर तुम्ही तिथपर्यंत पोहोचला तर!)

कुठल्याही ट्रिप मध्ये, जिथे चार-पाच दिवसांपेक्षा जास्त मुक्काम असतो तिथे, भरभरून आणि खेचून आणलेल्या बॅगांच्या अनपॅकिंगचा एक मोठा कार्यक्रम आम्ही करतो. या स्टेट रूममध्ये तर आम्ही तब्बल दहा दिवस राहणार होतो. त्यामुळे बॅगा उघडायला आता सुरुवात झाली. कपाटातला सर्वात छोटा खालचा, अडनिड्या जागेचा खण मला बहाल केला गेला. मी पटकन माझ्या गुंडाळ्या केलेल्या सगळ्या कपड्यांना पटापट त्या खणात लावून टाकले. ज्या कपड्यांची कधीही इस्त्री मोडत नाही आणि ज्यांना इस्त्री लागत नाही, असे माझे कपडे असल्याने ते खणात लावायला मला फार श्रम पडले नाहीत. मग तिने आपले संध्याकाळच्या डिनर साठी आणलेले कपडे, व्यायामाचे कपडे, झोपताना घालायचे कपडे, ब्रेकफास्टला जाताना घालायचे कपडे असे सारे सारे कपडे, अतिशय सहज हाताशी येतील अशा खणात, हँगरना, थोडक्यात माझा एक खण सोडून, सगळीकडे अगदी नीट लावले. मॅग्नेटिक हूक्स वरच्या लोखंडी छतावर आणि भिंतीवर चिकटवले आणि त्यावर टोप्या, माळा, पिशव्या असे लटकावण्यायोग्य सारे काही लटकवले. असंख्य कंडिशनरस, नेल पॉलिश, पॉलिश रिमूव्हर, ग्लिसरीन, हेअर मॉइश्चरायझिंग ऑइल, आय लायनर, लीप बाम वगैरे वगैरे. आत असणारी टॉयलेट बॅग तिला त्या मॅग्नेटिक हूक वरती काही केल्या लावता येईना कारण त्याचे वजन लई भारी झाले होते. ती लावली की

थोडा वेळ टिके पण परत धाड करून खालती पडे मग थोडा जुगाड करून तिने त्या टॉयलेट बॅगला कसेबसे भिंतीबद्ध केले. तिने एक लाल रंगाची ऑल सिझन सॅंडल, व्यायामाचे शूज (कधी करणार होती देवास ठाऊक) एक डिनर सँडल्स आणि ह्या मधलं काही जर तुटलंच तर अजून एक कापडी चपलांचा जोड असे सारे खणात लावून टाकले. मी अर्थात बूट जे घालून आलो होतो ते आणि एक घरातल्या स्लीपर्स एवढ्या मध्येच पाय ठेवून पुढचे वीस दिवस राहणार होतो, हे वेगळे सांगायला नको. दुर्बीण, हॅन्ड बॅग, कॅमेरा, सारे मोबाइल्स, पुस्तके यांनी साईड टेबल वरची जागा घेतली.

हे सारे झाल्यानंतर अतिशय महत्वाच्या अनपॅकिंगला सुरुवात झाली. आता तू या साईडला अजिबात येऊ नको, अशी मला एक लाडिक तंबी मिळाली (अरे काय आहे काय त्यात? माझी उत्सुकता ताणली गेली!!) आणि तिने तिचा ज्वेलरीचा पुडकं काढलं. त्यात वेगवेगळ्या आकाराच्या, डिझाईनच्या, मेकच्या, धातूच्या, (सोने सोडून सगळ्या) गळ्यातला माळा, इयरिंग्स, बांगड्या, ब्रेसलेट्स, हातातल्या आणि पायातल्या अंगठ्या असे काय नी काय होते. ड्रेसिंग टेबलच्या खाली, जो बाहेर खेचायचा उथळ खण असतो त्यात हा सारा ऐवज प्रेमाने तिने लावला. मोजके डॉलर्स आपल्या पर्समध्ये ठेवून बाकीची सारी फॉरेन करन्सी त्या नंबर लॉक वाल्या लॉकर मध्ये आम्ही रुजू केली. अगदी दबक्या आवाजात मी तिला ‹नंबर नेहमीचाच ना› हे विचारले (लोखंडी भिंतींनाही कान असतात हो, त्यातून या जहाजाच्या भिंती) आणि खरे तर तो लॉक झाला आहे की नाही हे ओढूनही बघायला मला आवडले असते पण ती मला वेड्यात काढणार म्हणून तो विचार मी सोडून दिला आणि खिशात स्मार्ट कार्ड घेऊन आम्ही क्रूजचा पहिला पहिला दिवस एन्जॉय करायला बाहेर पडलो.

कॉर्क शहर बघायला उतरण्यापूर्वी क्रूझचा मनमुराद आनंद लुटण्यासाठी, क्रूझ क्रूझ म्हणजे असते तरी काय हे अनुभवण्यासाठी आमच्याकडे पूर्ण दीड दिवस होता. बाहेर पडलो आणि आम्ही थेट जहाजाचा बारावा मजला गाठला कारण टाइम टेबल प्रमाणे तिथे सेल अवे पार्टी असणार होती आणि ती

काहीही झाले तरी आम्ही चुकवणार नव्हतो. त्या ओपन डेक वरती एक मोठा स्विमिंग पूल होता आणि बऱ्याच लोकांनी त्यात प्रवेशही केला होता. समोरच्या मिनिस्टेज वजा स्टेप्स वरती लाईव्ह म्युझिक चालू होते. लोकांचे सतत मनोरंजन करण्यासाठी जहाजावर एक अख्खी टीम असते हे मला तिथे जाणवले. पहिलाच दिवस असल्याने सारेजण जातीने हजर असून प्रत्येक माणूस नाचात सहभागी होईल, हे ते बघत होते आणि नाचताना पाय कसे टाकायचे वगैरे शिकवत होते. कोणी शॉर्टस मध्ये, कोणी बर्मुडा तर कोणी स्विमिंग सूटमध्ये, अनेक देशांचे लोक आपला पहिला दिवस एन्जॉय करायला सरसावले होते. इथे अंदाजे सत्तर टक्के अमेरिकन होते आणि थोडे इतर युरोपियन सोडता बाकीचे सारे ब्रिटीशर्स होते. जहाजात शिरताना आणि पासपोर्ट देताना २६०० जणात इंडियन पासपोर्ट दोनच जमा झालेले आहेत ही माहिती आम्हाला मिळाली होती. एव्हढे अल्पसंख्यांक असण्याची ही आमची पहिलीच वेळ! कुठल्यातरी इंग्लीश का स्पॅनिश गाण्यावर नाचण्याचा आणि तो नाच शिकण्याचा अल्प प्रयत्न केल्यानंतर आम्ही बाजूच्या हॉट टबमध्ये शिरलो. त्यातील जाकूझीच्या गुदगुल्यांबरोबर समोरचे साऊदॅम्प्टनही आम्हांला वाकुल्या दाखवत होते, हे सांगत की उद्या मी तुम्हाला दिसणार नाही! समोर दिसणाऱ्या ह्या शहराला आमचे जहाज जसजसे दूर जाईल तसतसे लहान लहान होताना आणि शेवटी ठिपक्यागत झालेले बघण्याची मला उत्सुकता होती पण जहाज काही केल्या हलत नव्हते. अगदी खालती, बंदरावरून मोठे मोठे ट्रक्स, खाण्याचे सामान, टोमॅटो, बटाटे असतील बहुतेक, जहाजाच्या पोटात टाकत होते. मी मनात म्हटले भरा सारे बाबांनो, पुढच्या दहा दिवसात खाण्याचा तुमचा अंदाज चुकू देऊ नका!

क्रूझचे पैसे भरताना हिने जास्त पैसे भरून "फ्री ॲट सी पॅकेज" का काय घेतले होते. ज्यामध्ये पुढील दहा दिवस मला जहाजामधल्या यच्चयावत बारमध्ये पाहिजे ते पेय, म्हणजे कोकाकोला, पेप्सी, पिनाकोलाडा सारख्या मॉकटेल्स पासून सारी कॉकटेल्स, किती डॉलर्सला हे पेय पडतयं, याचा मनाला त्रास करून न घेता पिता येणार होती. थोडक्यात 'पी मेल्या पाहिजे तेव्हढी' अशी प्रेमळ अटच मला घातली गेली होती म्हणाना! फक्त एक होते की, जे पेय मी घेईन ते

सतरा डॉलर्सच्या आत असले पाहिजे. त्यापेक्षा जर चुकूनमाकून जास्त पैसे झाले तर ते माझ्या रूमवरती चार्ज होणार होते. सूर्य आता मावळतीला आला तरी क्रूझ हलण्याची चिन्हे न दिसल्याने मी तिथल्या स्कायहाय बारकडे कूच केली आणि वाईन घेऊन मुहूर्ताचा नारळ फोडला. हळूहळू डेक वरचे सर्वांचे आवाज वाढायला लागले होते. मंडळी गाण्यांवरती जास्तच थिरकू लागली होती. मिट्ट काळोख होऊन साऊदॲम्प्टन अखेरीस दिसेनासे झाल्यावर आम्ही तिथून बाहेर पडलो आणि आमचे क्रूझ मधले पहिले वहिले डिनर एन्जॉय केले.

रात्री झोपल्यानंतर जेव्हा कधीतरी जाग आली तेव्हा समोरच्या काचेच्या खिडकीत फक्त आणि फक्त समुद्र दिसत होता ज्याने क्रूझची ही रोमहर्षक सहल सुरू झाली याचा मला पुरावा मिळाला!

समुद्रावर

मुंबई मधल्या बहुतेक घरांच्या खिडक्यांतून आकाशाचा इवलासा तुकडाही दिसत नाही आणि आज दिसत असेल तर उद्या समोर टोलेजंग टॉवर येऊन साऱ्या व्हूचा बट्ट्याबोळ होऊ शकतो. माझ्याही घराच्या बेडरूममधील तीनही खिडक्या मी भले मोठ्या केल्या असतील तरी कुठून आकाश दिसेल तर शप्पथ! त्यामुळेच मी कोणाकडे पाहुणा म्हणून गेलो की ह्यांना आकाश दिसत की नाही हे प्रथम बघतो.

तर आज सकाळी मी उठलोच तो कधी नव्हे ते सूर्यप्रकाशाने आणि जरा मान अंथरुणातून उचलली काय तर काचेच्या त्या खिडकीबाहेरील अथांग आयरिश समुद्राचे आणि त्यावरील तितक्याच विस्तीर्ण आकाशाचे मला दर्शन झाले. मुंबईच्या मरीन ड्राईव्ह वर जेव्हा जेव्हा मी लहानपणी आणि आताही फिरायला जातो तेव्हा समोरच्या बिल्डिंग मधील गॅलरीत कोणी समुद्र वगैरे बघत उभा आहे का हे बघायची मला नेहमी उत्सुकता असते. तुम्हाला म्हणून सांगतो, गेल्या साठ वर्षात एकही माणूस त्या गॅलरीत चहा पीत समुद्राकडे बघतो आहे असे मी पाहिलेले नाही. दहा दिवसांसाठी माझ्या मालकीच्या झालेल्या जहाजामधील घराच्या खिडकीतून तो समुद्र आणि आकाश एव्हढे जवळून बघताना मला मरीन ड्राईव्ह समोरील त्या मी कधीही न बघितलेल्या महाभागांची खूप आठवण झाली. ते बाहेर आले असते तरी समुद्र आणि त्यांच्यामध्ये तो रस्ता आणि गर्दी तरी असती. मी मात्र आज समुद्राला आणि आकाशाला मध्ये कोणी नसताना बघत होतो. लहान मुलाला नवीन खेळणे मिळाले की

ते कसे त्याला सोडायला तयार नसते तसे माझे झाले होते. स्टेटरूम मधील पाणी गरम करण्याच्या किटलीत तीनदा चहा करून, तो पीत पीत खिडकीवर आवाज न करता आपटणाऱ्या लाटा बघता बघता आठ कधी वाजले ते मला कळलेच नाही.

पॅकी ने आखलेल्या टाइम टेबलनुसार साऱ्या दहा दिवसात जहाजावर पूर्ण असे तीनच दिवस मिळणार असल्याने हा पहिला दिवस अतिशय महत्वाचा होता आणि त्यामध्ये जहाजावरील सगळ्या सुविधा आम्ही अगदी अनुभवल्या नाहीत तरी त्यावर नजर तर टाकायला हवीच होती. आम्ही सुरवात केली ती त्यांच्या जिमला लागून असणाऱ्या योगा रूम पासून. पुढचा सारा दिवस खाण्यापिण्याची आम्ही करू घातलेली सगळी पापे आधीच धुण्यासाठी योगासने करणे महत्वाचे होते. तिथे एक "कमाल" नावाचा कमालीचा शांत चेहऱ्याचा साऊथ इंडियन योगा शिक्षक, जी कोणी चार डोकी आली होती त्यांना योगा म्हणजे काय त्याचे प्रात्यक्षिक दाखवत होता. त्याने सांगितलेल्या पावलांच्या आणि मनगटाच्या त्या गोल गोल हालचाली करून मला मेडिकल कॉलेज मध्ये सर्वप्रथम कळलेली, हातापायातली ती पंचवीस तीस हाडे नव्याने जाणवली. पुढची तीसेक मिनिटे त्याचे असेच कमरेचे, मानेचे, पाठी पुढे आणि गोलगोल फिरवणे चालू होते. नेहमी असते तसे कोणतेतरी भारतीय पार्श्वसंगीत असण्याऐवजी त्याने काहीतरी पाश्चात धून लावली होती. ती ऐकत ऐकत आणि बाजूच्यांना बघत बघत मी वेळ काढत होतो. हा फुकट क्लास असल्याने ह्या योगात एक तर तो फार प्राण फुंकत नव्हता आणि बाहेर लिहिल्याप्रमाणे ताशी वीस डॉलर देऊन माहित असलेली योगासने ह्याच्या कडून शिकण्यापेक्षा आपणच एकमेकांना रोज योगा करायला लावून चाळीस डॉलर वाचवावेत असे आम्ही ठरवले आणि तिथून बाहेर पडलो.

टाइम टेबल नुसार आता "ओशिहान्स" या रेस्टॉरंट मध्ये सकाळचा ब्रेकफास्ट करायची वेळ झाली होती. "ओशिहान्स" हे जहाजामधील चोवीस तास उघडे असणारे एकमेव रेस्टोरंट आहे आणि आपल्याकडे कसे "कुलकर्ण्यांचे हॉटेल" किंवा "मामा काणे" चे हॉटेल वगैरे असते तसेच "ओशिहान्स" म्हणे

क्रूझच्या कार्यकारी अधिकाऱ्याचे आडनाव मिरवते. "ओशिहान्स" मध्ये शिरण्यापूर्वी ब्लॅक स्मार्ट युनिफॉर्म मधील रिसेप्शनिस्टने आमचा रूम नंबर विचारला आणि आम्हाला अदबीने अगदी टेबलापर्यंत नेले. टेबलावर पांढऱ्या टॉवेल मध्ये गुंडाळी करून ठेवलेले काटे चमचे होते. (मला घरात स्टीलच्या ताटलीत घाईने देता देता ऑम्लेट मध्ये गुंडाळले गेलेले काटे चमचे आठवले) एक स्टुअर्डस सगळ्या टेबलांमधून फिरत फिरत सगळ्यांना केवळ ऑरेंज ज्यूस आणि ब्लॅक कॉफीचा आग्रह करत होता. इकडे तिकडे नजर टाकली तर पांढऱ्या युनिफॉर्म मधील वेगवेगळ्या देशांतून आलेल्या साऱ्या स्टुअर्डसच्या छातीवर त्यांच्या नावाचा बिल्ला होता. आमच्या टेबलपाशी येऊन कोणी "रॉजर" नामक स्टुअर्डसने "अमेरिकन" ब्रेकफास्ट हवा कि "इंग्लिश" ब्रेकफास्ट हवा असे विचारून माझी दांडी उडवली. नाश्त्याला पोहे, थालीपीठ किंवा धिरडे खाऊन वरती आले घातलेला चहा घेणाऱ्या माझ्यासारख्याला "इंग्लिश" का "अमेरिकन" ब्रेकफास्ट हवा विचारणे आणि तो खात असताना मधून मधून ऑरेंज ज्यूस आणि ब्लॅक कॉफीचा आग्रह होणे हे सारे विलक्षण होते. हा ब्रेकफास्ट संपत आला असतानाच "बोनी" म्हणून बिल्ला लावलेला काळ्या सुटाबुटातला रेस्टोरंट मॅनेजर आम्हाला येऊन भेटला. स्वतः इंडियन असणाऱ्या बोनीने आम्ही भारतीय आहोत हे लगेच ओळखले. आपल्याकडील काही ख्रिश्चन मंडळी जशी टिपिकल इंग्लिशमध्ये बोलतात तसेच त्याच्याही बोलण्यात, "यस मॅन" "नो मॅन" वरचेवर येत होते. आम्ही "इंडियन" आहोत म्हटल्यावर बोनीला आमच्यासाठी काय करू आणि काय नको असे झाले. त्याचे वृद्ध आई-वडील सांताक्रुजला राहत होते. त्यांच्याबद्दल, त्यांच्या आजाराबद्दल, आम्ही डॉक्टर आहोत म्हटल्यावर बरेच काही त्याने सांगितले आणि "संध्याकाळी कधीतरी आकवा रेस्टोरंटमध्ये या, मी तुम्हाला जीरा राईस आणि चिकन करी देईन बघा," असे स्वतःच्या मालकीचे हॉटेल असल्यागत आमंत्रण देऊन मला डोळा मारून तो निघून गेला.

तर, आम्ही घेतलेल्या आणि आधीच पैसे भरलेल्या "फ्री ॲट सी पॅकेज" मध्ये (मग ह्याला "फ्री" का म्हणायचं?) दीडशे मिनिटाचे इंटरनेट पॅक होते.

लहानपणी दहा पैशाचे दाणे घेतल्यावर माझे दाणे फटाफट संपत तर माझी बहीण नंदा एका दाण्याचे चार तुकडे करून वर तो एकेक तुकडा चघळत, खात माझ्याकडे पाहत राही. हे दीडशे मिनिटाचे पॅक दहा दिवस पुरवण्यासाठी असेच काहीतरी करणे आवश्यक होते म्हणून मग क्रूझ सुरु झाल्यापासून आम्ही पटकन वायफाय ऑन करत होतो, पटापट महत्वाचे मेसेज, मेल बघत, बघून थोडक्यात उत्तरे देत होतो आणि पटकन वायफाय ऑफ करत होतो. घरी मनमुराद वायफाय वापरण्याची सवय असणाऱ्या आम्हाला हे सारे नवीन होते पण वायफळ खर्च आता बंद करून काही झाले तरी दीडशे मिनिटाचे हे पॅक दहा दिवस पुरवायचेच असा आम्ही चंग बांधला होता. पण असे करूनही आज सकाळी उठून बघतो तर माझी सत्तर आणि तिची शंभर मिनिटे आधीच संपलेली पाहून ही हैराण झाली होती आणि इंग्लिश ब्रेकफास्ट खाऊन झाल्याझाल्या, ठरवल्याप्रमाणे ह्या अमेरिकन क्रूझ वाल्याना इंटरनेट कॅफे मध्ये गाठून जाब विचारायला तिने मला टेबलवरून उठवले.

कोणीही कधीही छळायला येऊ शकेल हे माहित असल्याने, ते टाळण्यासाठी हे इंटरनेट कॅफे कुठेतरी दोन मजल्यांच्या मधल्या जागी असून त्यावर एक जुजबी पाटी होती. आत शिरलो तर आमच्यासारखेच अजून दोघे, तिघे तिथे ताटकळत वाट बघत उभे होते. दोनशे वर्षांपूर्वी वीज नव्हती तेव्हा लोक जगात कसे जगत असतील? ह्या प्रश्नाइतकाच वायफाय नसेल तर दहा दिवस समुद्रावर कसे जगायचे? हा प्रश्न तेव्हढाच गहन होता आणि साऱ्यांच्या चेहऱ्यावर स्पष्ट दिसत होता. आमचे पॅकचे कोडे सोडवणारा नऊ वाजता येणार होता. तो आल्या आल्या सारे त्याच्यावर तुटून पडले. बऱ्याच स्पष्टीकरणानंतर एकदाचे ते कोडे उलगडले. ती दीडशे मिनिटे पुरण्यासाठी एक ॲप इंस्टाल कसे करायचे आणि प्रत्येक वेळी काम झाल्यावर तिथे ते आतच कसे बंद करायचे आणि तुम्ही त्या वेळी नक्की किती मिनिटे वापरली ते वजनाच्या काट्यागत दिसणाऱ्या त्यातल्या मीटर वर कसे दिसते हे सारे त्याने समजावून सांगितले आणि वर आमची सारी कुरकुर ऐकून आमची चुकून भसाभस वापरली गेलेली तीस चाळीस मिनिटे त्याने पुन्हा बहाल केली. माझे ज्ञान ह्याबाबतीत अजूनही

अश्म युगातील आदिमानवासारखे असल्याने हे मला समजायला पुढचा अर्धा दिवस जावा लागला आणि नंतर मीही प्रथम सगळे मेसेज आणि मेल टाईप करून व नंतर पटकन दिवा उघडमीट केल्यागत वायफाय चालू करून, सगळे मेल, मेसेज धाडकन पाठवून तो बंद करू लागलो कारण काल वायफायवर एका पेशंटला फक्त उलटी थांबण्याचे औषध देऊन जुलाबासाठी लिहिलेले औषध देण्यापूर्वीच आकाशातल्या वायफाय देणाऱ्या कोणत्यातरी सॅटेलाईटने मला दगा दिला होता.

वायफाय प्रकरण मिटल्यावर आम्ही जहाजावरील भटकंती सुरु केली. "एट्रियम" हे इथले एक अफलातून ठिकाण होते. जहाजाच्या गोलाकार काचेच्या लिफ्टमधून चढता उतरताना तब्बल तीन मजले पसरलेले "एट्रियम" आम्हाला काल ओझरते दिसले होते. एट्रियमच्या या प्रशस्त हॉलच्या चौफेर अकाउंट, ॲडमिन, एक्सकशन मॅनेजर अशांचे काउंटर तर होतेच वर दागिने, हिरे वगैरे विकणारी दुकानेही होती. उद्या जहाज बंदरावर किती वाजता पोहोचणार, पुढे भटकायला बस कशी बुक करायची, असे काय काय विचारायला लोक तिथे जमले होते. त्या वर्तुळाकार हॉलच्या परिघाला काचेच्या मोठ्या मोठ्या फ्रेंच खिडक्या असून तिथे बसायला लांबलचक संगमरवरी कट्टे होते. तिथे कोणीतरी पाय पसरून पुस्तक वाचत होतं तर कुणी नुसतच म्युझिक ऐकत होतं. काही जण पत्ते आणि स्क्रॅबल खेळत बसलेले होते. इथल्या मधल्या गोलाकार स्टेजवर पांढरा शर्ट, स्मार्ट ट्राऊझर आणि जॅकेट घालून एक जण गिटार वाजवता वाजवता छानसे गाणे (काय म्हणत होता ते कळले नाही) म्हणत होता. ह्या स्टेजला लागून खालती गोलाकार बसायची सोय होती जिथे लोक आपापली ड्रिंक्स, स्टारबक कॉफी नाहीतर वाईन घेऊन त्याला ऐकत होती आणि गाणे संपल्यावर हलकेच टाळ्या वाजवत होती.

एट्रियमची चक्कर मारून झाल्यावर आम्ही पोहोचलो गॅटस्बी ला. इथे सेक्साफोन, ट्रम्पेट आणि ड्रम सकट सारा ऑर्केस्ट्रा सुरु होता. जुन्या हिंदी सिनेमात असायचा तश्या एका लाल मखमली कार्पेट घातलेल्या लाकडी वळणदार जिन्यावरून आम्ही दोघांनी इथे एन्ट्री घेतली. प्रत्येक जण आपल्या

दोन खुर्च्या समोरच्या ऑर्केस्ट्राला तोंड करून आणि समोरच्या टेबलवर आपले ग्लास ठेऊन बसले होते, त्यामुळे अर्ध्या खुर्च्या रिकाम्या आणि तरीही बरेच जण उभे अशी परिस्थिती होती. हिच्यासारखी भीडभाड नसलेली बायको अश्यावेळी कामाला आली नसती तरच नवल! तिने एका जोडप्याला, "मे आय?" म्हणत त्यांच्या टेबलवर मला बसवले आणि स्वतःही बसली. एक बारटेंडर अदबीने लगोलग आमच्याकडे आला, काय घेणार म्हणून त्याने विचारल्यावर आयर्लंडमध्ये बनवली गेलेली आणि सतरा डॉलरच्या आत किंमत असलेली जेम्सन व्हिस्की मी मागवली (फ्री पॅकेज मध्ये फक्त सतरा डॉलरच्या आतली ड्रिंक्स फ्री आहेत ही माहिती मी मनावर आणि जठरावर कोरून ठेवली होती) आपले स्टेटरूमचे स्मार्ट एन्ट्री कार्ड, क्रेडिट कार्ड सारखे इथे वापरायचे असते, हे मला पहिल्यांदा इथे कळले कारण आमची ऑर्डर घेतल्यावर त्याने ते कार्ड स्वाईप केले. भरलेल्या ग्लासाबरोबर, तो मक्यापासून बनवलेला, चावायला अति कठीण असा चकणा घेऊन आला आणि त्याच्याकडे याव्यतिरिक्त कोणताही चकणा नाही, हे त्याने परत परत तेच आणून सिद्ध केले. त्या साऊद्अँप्टनला एव्हढे काही भरलेत त्यात जरा खारे शेंगदाणे आणि वेफर्सचे एकेक पोते का नाही बरे टाकलेत? असे त्यास मला विचारावेसे वाटले! दोन भरलेले ग्लास प्यायल्यावर आणि दोन वाट्या कडक मका खाल्यावर आता समोरचे इंग्लिश गाणे मला अचानक कळू लागले. मीही सर्वांबरोबर ठेका धरून त्यात सहभागी झालो आणि परत जाताना त्या मखमली कार्पेटवाल्या बॉलिवूड जिन्यावर आमचे थाटात फोटो काढून घेतले.

आम्ही घेतलेल्या रोमान्स पॅकेज मध्ये, एका कोणत्यातरी स्पेशालिटी रेस्टॉरंटमध्ये, रेड वाइन बॉटल सकट एक मोफत डिनर आम्हाला मिळणार होते, हे तर तुम्ही जाणताच. आदल्या दिवशीच्या चपळाईने "ल बिस्त्रो" या इटालियन रेस्तरॉ मध्ये आज संध्याकाळी तो घाट घातला होता. दुपारचे मके आणि झोप ह्याच्या एकत्रित परिणामाने माझे पोट संध्याकाळी सहालाही चांगलेच दब्ब होते. साडेसहा वाजताचे टेबल राखून ठेवलेले असल्याने हिची घाई सुरु झाली होती. रोमँटिक डिनर साठी बायका काळा ड्रेस का निवडतात हे मला कोडे आहे

कारण मी निषेध व्यक्त करण्यासाठी काळा रंग वापरतात, असे लग्नाआधी तरी समजत असे, असो!!! वेगवेगळ्या हेतूने का होईना आम्ही दोघांनी "ल बिस्त्रो" ला जायला काळे कपडेच घातले होते!

"ल बिस्त्रो" मधील ती संध्याकाळ अविस्मरणीय ठरली. काळ्या रंगाचे कपडे घातलेल्या (पुन्हा काळाच!) एका युवतीने आमचा स्टेटरूमचा नंबर विचारून स्वागत केले. समुद्रालगतच्या एका, दोन जणांच्या टेबलापर्यंत पोहोचवण्यासाठी एक सुटाबुटातला (रंग नाही सांगत) माणूस आम्ही वाटेत कुठे दुसऱ्या टेबलावर आदळणार नाही ना, याची काळजी घ्यायला आमच्याबरोबर होता. टेबलवर बसल्यावर ते पांढरे टॉवेल, आम्हास कष्ट पडू नयेत म्हणून त्यानेच आमच्या मांडीवर आणि छातीवर व्यवस्थित टेबल क्लॉथगत पसरवले. पांढऱ्या जाळीदार पडद्यांनी अर्धवट झाकलेल्या खिडकीतून मला आयरिश समुद्र दिसत होता त्याला बघून गिरगाव चौपाटीवर वाळूत बसून, खारे दाणे खात बघितलेल्या अरबी समुद्राची मला आठवण झाली. आज माझ्यासमोर चौपाटी वरचा मिश्यावाला भय्या नसून आईस बकेट मध्ये ठेवलेली वाईन होती आणि किणकिणणारे वाईन ग्लासेस होते. का कुणास ठाऊक, त्याला बाहेरच्या मावळत्या सूर्याच्या आणि समुद्राच्या पार्श्वभूमीवर आमचा फोटो काढायला मी सांगितले. त्याने फोटो नव्हे तर चक्क आमचं फोटो सेशन तिथे केलं. वाईन नेहेमी आधी थोडी ओतून चव वगैरे घ्यायला सांगतात, बाटली तर मेल्यांनो आमच्यासाठी उघडलीत, आता नाही आवडली तर काय फुकट पिऊ देणार का? हा नेहेमी मनात पडणारा प्रश्न बाजूला सारून, कधी नव्हे ते मी सुद्धा तो ग्लास त्याच्या निमुळत्या कांडीला पकडून आतली वाईन गोल गोल फिरवली आणि वास बीस घेऊन आणि नंतर ती थोडीशी पिऊन त्याला अजून वाईन ओतायची मुभा दिली. पोट जरा दब्ब झाल्यावर माझे वडील बुचामध्ये मावेल एवढेच द्राक्षासव पीत असत आणि जोर जोराने मोठमोठ्याने ढेकरा देत असत, ज्या आंग्रेवाडीतल्या आमच्या चाळीतल्या शेवटच्या बिऱ्हाडाला सुद्धा ऐकू जात. त्यांनी औषध म्हणून प्राशन केलेला द्राक्षाचा रस आज त्यांच्या मुलासमोरील ग्लासामध्ये वाइन बनून पडत होता. "ल बिस्त्रो" मध्ये वाईन बरोबर ब्रेडने भरलेली ब्रेड बास्केट, बटर, ऑलिव्ह

ऑइल वगैरे आले. हे वेगवेगळे ब्रेड मस्तपैकी बटर, ऑलिव्ह ऑइल वगैरे टाकून खाल्ल्यावर माझे एवढे पोट भरते की आता या इथे अजून पैसे मोजून दुसरे काही न खाता उठावे असे मला नेहमी वाटते पण आजची बात वेगळी होती, मी या जेवणाचे पैसे दोन महिन्यापूर्वी मुंबईतच देऊन टाकले होते. मग काय पुढचा मेनू समोर आला. "सूप ओ कात्र शामपिनो" (मशरूम चे सूप), "क्रोम कि दं शेवर" (बकरीच्या चीजचे पॅटीस), "कारे दनयो सावर मोरोकें" (चक्क मोरोक्को देशाचे मसाले वापरून केलेले मटण) असे काय काय धडाधड फ्रेंचमध्ये सांगून हिने ऑर्डर दिली. ह्यानंतर पुढचा वाईनचा ग्लास, ही नक्की काय ऑर्डर दिली गेली आहे, हे समजून घेता घेता मी पिऊन टाकला.

खाणे तयार झाल्यावर, "मेत्र द" (फ्रेंच मध्ये, त्याच्या स्वयंपाकघरातला म्होरक्या), "कुक" (अर्थात बल्लवाचार्य) आणि "त्यांची स्टुवर्डसची पूर्ण गॅंग," असे सारे जण, मला माहित नसलेल्या खाण्याच्या सगळया गोष्टी आपल्या उजव्या हातातील प्लेटी मध्ये भरून आणि मस्तकापर्यंत उंचावून, आणि डावा हात आपल्या कमरेपाठी एखाद्या नर्तकीगत लपवून, जेव्हा आमच्या टेबलापाशी अदबीने आले आणि सारे काही समारंभपूर्वक वाढून गेले, तेव्हा आपण कोणीतरी राजे महाराजे आहोत, असा भास मला झाला. ह्या भासासाठी आम्ही किती पैसे मोजले ते त्या क्षणांच्या आता येणाऱ्या आठवणीपेक्षा कमीच असतील!

कॉर्क

मेडिकल कॉलेजमध्ये, विशेषतः पहिल्या वर्षी, अतिशय कठीण शब्द लक्षात ठेवण्यासाठी काय काय क्लृप्त्या कराव्या लागत. डोके भिरभिरवायला लावणाऱ्या डोक्यामधल्या सेरेब्रम आणि सेरेबेलम पासून छातीतल्या मीडियास्टीनम आणि पायातल्या एसिटाबुलम, फीमर, कालकेनियस पर्यंतचे सगळे कठीण शब्द कसे लक्षात ठेवायचे यासाठी तेव्हा वेगवेगळी टेक्निक्स वापरली असल्याने आज तीस वर्षांनीही हे शब्द माझ्या कायमचे लक्षात आहेत. आता कॉर्क हे दोन अक्षरी नावाचे ठिकाण पाच वर्षांनीही लक्षात राहण्यासाठी काय युक्ती करावी याचा विचार मी करायला लागलो. तर उत्तर सोपे होते, ज्याला आपण "विजूलायझेशन टेकनिक" म्हणतो ते इथे वापरायचे मी ठरवले. याचा अर्थ, अरे वाइनच्या बाटली वरती ते कसे फिकट ब्राऊन किंवा डार्क ब्राऊन रंगाचे बूच असते त्याला एक छोटीशी निमुळती कंबर असते, ज्याला कॉर्क म्हणतात आणि ते उघडल्यावर कसा ठप्प असा आवाज होतो, असे सारे विज्युलायझेशन टेक्निकने डोळ्यासमोर आणल्यावर, मी ही सारी क्रूझ ट्रिप विसरेन पण कॉर्क या शहराला आपण भेट दिली हे बापजन्मात विसरणार नाही याची मला खात्री पटली.

तर असे हे कॉर्क शहर आमच्या जहाजाचा पहिला स्टॉप होते. दोन दिवस अहोरात्र फक्त समुद्र बघून डोळे निवल्यावर, जेव्हा तिसऱ्या दिवशी, भल्या पहाटे पाच वाजता, स्टेटरूम मधल्या खिडकीतून मी बाहेर नजर टाकली तेव्हा सारे कॉर्क अजूनही झोपलेले होते. रस्त्यावरचे किंवा बंदरावरचे असतील कदाचित,

दिवे सोडता बाहेर पूर्ण काळोख होता. अजून अर्धा एक तासाने आम्ही कॉर्क बंदरावर पोहोचलो तेव्हा उजाडले असून "पोर्ट ऑफ कॉर्क" असे लिहिलेला पांढऱ्या रंगाचा बोर्ड मला दिसला. त्याच्या दोन्ही बाजूला दोन झेंडे होते. एक झेंडा होता हिरवा, पांढरा आणि भगव्या रंगाचा, उभे पट्टे असणारा आयर्लंडचा आणि दुसरा स्वतः "पोर्ट ऑफ कॉर्क" असे लिहून स्वतःला मिरवत होता. पोर्टला लागूनच रेल्वे लाईन होती ज्याने कॉर्क शहरात जाणे एखाद्याला सहज शक्य होते आणि त्याच्याही पलीकडे कौलारू टुमदार घरांच्या मधून उंचावून आपल्याकडे बघणारे चर्चचे स्पायर दिसत होते.

जवळपास साठ तासांनी जमीन दिसत असल्याने आणि क्रूझचा पहिला स्टॉप असल्याने बाहेर पडायला आम्ही सुपर एक्साइटेड होतो. तयार तर आम्ही कधीचे होतो पण जमिनीवर पाय ठेवण्यासाठी काही सोपस्कार करणे भाग होते. आदल्या दिवशी काढलेल्या माहितीनुसार, ब्लिस लाउंजमध्ये इमिग्रेशन ऑफिसर येणार होता जो विधिवत इमिग्रेशनचा विधी म्हणजे धाप धाप स्टॅम्प वगैरे मारून आम्हाला षोडशोपचारे आयर्लंड वरती पहिले पाऊल टाकायला देणार होता. आम्ही सांगितलेल्या ठिकाणी सात वाजता हजर झालो. साडेसात वाजले, आठ वाजले तरी कोणाचा काही पत्ता नाही मग माझा "मराठी बाणा" जागा झाला. मी जो कोणी समोर होता त्याला "हाऊ इरिस्पॉन्सिबल इस दिस" वगैरे फासफूस करू लागलो. समोरच्या त्या बिचाऱ्याला काय करावे सुचेना. थोड्या वेळाने कळले की ही क्रूझ कंपनीची चूक नसून "इमिग्रेशन ऑफिसर" जो गव्हर्नमेंटचा नोकर असल्याने, त्याला यायला वेळ लागतोय, म्हटलं चला आता इथेच किती वेळ भजन करत बसावे लागणार आहे कोणास ठाऊक! हळूहळू एक छोटीशी लाईन त्या हॉटेलच्या टेबला टेबलांमधून तयार व्हायला लागली होती. जमा झालेल्या माणसात एक पंचविशीतली "कोरियन" मुलगी होती, "आम्हाला इमिग्रेशन केल्यावर कॉर्कला उतरायचे आहे" म्हटल्यावर ती आम्हाला "वरच्या गेस्ट काउंटरवर" जायचा आग्रह करत होती. इकडून आपल्याला ही फुटवायला बघतेय, हे आम्हाला लगेच कळले पण ती "कोरियन" असेल तर आम्ही "इंडियन" होतो, त्यामुळे आम्ही तिथेच थांबलो. यानंतर ती

"आपण जणू सर्वात पहिले आलो आहोत" ह्या थाटात पुढच्या टेबल वरती आपले कुले टेकवत पुढे पुढे जाऊ लागली. ही मुलगी स्वतःचे इमिग्रेशन पहिले व्हावे म्हणून माझ्यासारख्याला धक्का मारून पुढे जायला मागे पुढे पहाणार नाही, हे मला कळून चुकले पण तिला हे माहीत नव्हते की, माझ्या मागे काय, पुढे काय, सर्वत्र पॅकी असून मला कोणत्याही परिस्थितीत परस्त्रीचा धक्का ती लागू देणार नाही. या कोरियन मुलीची अर्थातच पॅकीसमोर काही डाळ शिजली नाही आणि हक्काने लाईनीत सर्वप्रथम राहून पासपोर्ट वगैरे दाखवून आम्ही मुक्काम पोस्ट कॉर्कला उतरलो. बाहेर पडताना मी क्रूझच्या माणसाला विचारून घेतले की संध्याकाळी किती वाजेपर्यंत आम्ही परत यायला पाहिजे जेणेकरून जहाज आम्हाला बरोबर घेऊन निघेल आणि पुढचे नऊ दिवस बंदरावरच आम्हाला पथारी टाकावी लागणार नाही.

ज्या जहाजात आम्ही तीन दिवस राहात होतो ते किती लांSSSब आणि उंSSSच आहे ते त्याच्या बाजूने बंदरावरून चालता चालता आम्हाला जाणवले. त्या भल्या सकाळी बंदराजवळच राहणारे एक आयरिश जोडपे आपल्या दोन कुत्र्यांना घेऊन तिथे फिरताना आम्ही बघितले. खूप दिवसांनी (म्हणजे दोन दिवसांनी) नवीन माणूस दिसल्याने ही त्या दोघांशी लगेचच बोलू लागली. "हाऊ स्वीट! विच ब्रीड इज धिस?" असे त्यांचे सुखसंवाद सुरू झाले. मग तिनेही हा माझा मोठा मुलगा, सॉरी आपला कुत्रा आणि ही धाकटी वगैरे आम्हाला सांगितले. पूर्वी तो खूप खेळकर होता पण ही धाकटी आल्यापासून एकदम अबोल झालाय वगैरे सांगितले. मीही त्यावर "धिस इज सेकंड़ चाईल्ड सिंड्रोम" वगैरे तिला म्हणून चक्क पॅकी ची गादी चालवली. त्यांच्याशी गप्पा मारता मारता इकडे तिकडे नजर टाकतो तर क्रूझ मार्फत कॉर्कला जाणाऱ्यांची बस अगदी आतपर्यंत येऊन उभी होती. ह्या उलट आम्ही ठरवलेली पॅडी वॅगनची बस बाहेर कुठेतरी उभी होती. ती बस एकदाची सापडल्यावरती, त्या लालबुंद, गोल गोल चेहऱ्याच्या ड्रायव्हर कम गाईडने आमचे नाव "रनडा" का काय असे पुकारले (तुमची नावे आणि आडनावे उच्चारताना आमचीही अशीच फाटते म्हटलं!) आणि आत जाऊ दिले. मस्तपैकी पहिली सीट आम्ही पकडली. या सीटवर

बसल्याने आता पूर्ण दिवस चौफेर दिशेने (पाठीमागे सोडून) मनसोक्त फोटो काढता येणार होते. आत बसल्याबसल्या एक सेल्फी काढला हे ओघाने आलेच. हा बसमधला सेल्फी काढणे थोडेसे ट्रिकी असते कारण एक तर हा सेल्फी पाठची सीट रिकामी असताना काढायला लागतो किंवा पाठची सीट भरलेली असेल तर जी कोणी पाठी गौरांगना बसली आहे तिचा फोटो आपण काढत नाही आहोत, हे आपल्याला सोज्वळ चेहऱ्याने पटवून द्यावे लागते. (भले ही गोरीघारी पार्श्वभूमी सेल्फीला कॉर्कची आठवण म्हणून लाभली तर किती बरे असे वाटत असले तरीही!!!) असो, तर असा हा सेल्फी काढता काढता बस भरून गेली आणि कॉर्क च्या दिशेने आम्ही कूच केले.

कॉर्क शहरात एक "ली" म्हणून नदी आहे. ही "ली" नदी पन्नास मैलावरील "शेही माउंटन" मध्ये उगम पावते आणि उगाच "उंग" ली म्हणून कॉर्क शहरांमध्ये शिरता शिरता दोन भागात विभागली जाते. तर या दोन "ली" मध्ये कॉर्क चे "सिटी सेंटर" आहे अशी माहिती ड्रायव्हरने गाडी चालवता चालवता त्याच्या माइक मधून आम्हाला दिली. छोटेसे ते कॉर्क, तो हे बोलता बोलता पाठी पडले आणि विस्तीर्ण हिरव्या गालिच्यावर पसरलेले सौन्दर्य आता दिसू लागले. आपल्या इथे दिसतात तश्याच पण जास्त धष्टपुष्ट अशा गायी आणि तत्सम चतुष्पाद प्राणी मधून मधून दिसत होते आणि त्या बरोबरच दिसत होते छोटेछोटे किल्ले, ते एव्हढे चिमुकले होते की मला दिवाळीत लहानपणी बांधलेल्या किल्ल्यांची आठवण झाली. मग ह्या किल्ल्यांबद्दल गाईड माहिती सांगू लागला. सहाव्या हेन्रीने म्हणे चौदाशे साली एक स्कीम काढली होती, त्या स्कीम नुसार जो कोणी शत्रूपासून संरक्षण करण्यासाठी २० बाय १६ बाय ४० फीटचा टॉवर बांधेल त्याला "दहा पाउंड" अनुदान म्हणून हेन्री देणार होता, मग काय विचारता लोकांनी दहा पौंड मिळवण्यासाठी धडाधड असे टॉवर बांधले, ज्यांची संख्या म्हणे हजारोत आहे. या हजारोंच्या संख्येने असलेल्या टॉवरला "टेन पाउंड कॅसल" हे नाव पडले आणि "बार्नी कॅसल" पर्यंत पोहोचेस्तोवर मलाच पंचवीस-तीस असे "दहा पाउंड कॅसल" दिसले.

आता "ब्लार्नी कॅसल बद्दल सांगतो. या आयर्लंडच्या ट्रीपचा प्लॅन शिजायला लागल्या लागल्या पासून मी "ब्लार्नी कॅसल बद्दल ऐकतो आहे. "मला त्या "ब्लार्नी कॅसलच्या शंभर, दीडशे पायऱ्या चढण्या उतरण्यासाठी आता गडे, एकदम फिट राहिले पाहिजे, मी आता अमुक करते, तमुक करते" असे हिचे काय काय मी ऐकत आलो होतो. मी म्हंटले, आपण कित्येक वर्षे अष्टविनायक यात्रेत लेण्याद्रीचा डोंगर चढतोय तर या दीडशे पायऱ्यांचे एवढं काय आहे? तर मला ती म्हणाली की, "ह्या किल्ल्यावर ना एक दगड आहे त्याचा जर तुम्ही किस घेतला तर तुम्हाला दैवी शक्ती प्राप्त होते आणि तुम्ही प्रचंड ताकदीचे वक्ते होऊन जाता!" एक तर तो साधासा दगड, त्याचा फक्त छोटा किस घ्यायला एवढ्या पायऱ्या चढायच्या आणि साध्य काय होणार तर तुम्ही उत्कृष्ट बोलायला लागणार आणि बोलण्यात तुमचा कोणी हात धरू शकणार नाही. तिला हे बोलण्याचे कौशल्य अजून डेव्हलप करण्याची खरंतर अजिबात गरज नव्हती किंबहुना हे तिचे कौशल्य थोडे कमी होण्यासाठी कुठला दुसरा दैवी दगड किस करण्याकरता असेल तर मी तिथे गुपचूप जाऊन येतो, असे माझ्या मनात आले. एकूण हा साराच प्रकार मूर्खांचा बाजार आहे याची मला मुंबईत बसूनच खात्री पटली होती तरीही मी कॉर्क ला शांत न बसता या "ब्लार्नी कॅसलच्या" दिशेने चाललो होतो.

ब्लार्नी कॅसलच्या जसजसे जवळ पोहोचलो तसतसे लक्षात आले की या किल्ल्याच्या भोवती कित्येक कोस पसरलेली एक सुंदर ब्लार्नी बाग आहे आणि त्याच नावाचे तळे आणि नदी पण असून नदीच्या बाजूबाजूने जाणारी एक पायवाटही आहे. किल्ल्याजवळ पोहोचल्यावर लक्षात आले की, किल्ल्यावर चढायला एक अतिशय अरुंद वेटोळा-वेटोळा जाणारा, खडबडीत, कमी जास्त रुंदीच्या दगडांच्या पायऱ्यांचा बनलेला जिना आहे. वनवे असलेल्या ह्या जिन्याला मनगटा एवढे मजबूत दोरखंड पकडण्यासाठी वरपर्यंत बांधून ठेवलेले होते. या अरुंद आकाराच्या जिन्याला बघून केवळ आत शिरता येत नसल्याने आमचे दहा-पंधरा विशाल आकाराचे प्रवासी सुरुवातीलाच बाद झाले. ह्या जिन्याची एक अजून खासियत होती, जी आमचा ड्रायव्हर कम गाईड आम्हाला परत परत

बजावून सांगत होता की एकदा चढायला सुरुवात केली की मागे परत फिरता येणार नाही एवढा हा जिना अरुंद आहे आणि थेट दीडशे एक वेड्यावाकड्या पिझ्झा स्लाईसच्या आकाराच्या पायऱ्या चढून वर जावे लागेल आणि खालती यायला दुसरा वेगळा पण तसाच जिना आहे. हे सारे वर्णन ऐकून आमचे काही सहप्रवासी तर बस मधून उतारायलाही धजावले नव्हते. काही इतर सहप्रवाशांनी पोचतापोचता सरळ किल्ल्याच्या खालच्या टॉयलेटला व्हिजीट देऊन कल्टी मारली होती आणि दगडांच्या देशातल्या दोन मावळ्यांनी (मावळा आणि मावळीण हो!!!) मात्र "जय भवानी! जय शिवाजी!" म्हणत ह्या दोरखंडाला पकडत पकडत पायऱ्या चढायला सुरुवात केली.

तीस एक पायऱ्या चढल्यावरती बाजूच्या भिंतीच्या भेगातून खाली पसरलेले "ब्लार्नी गार्डन" मधून मधून दिसायला लागले. वर बघावे तर आपल्यासारखेच अजून काहीजण त्या दोरखंडाला धरत धरत वर जाताना दिसत होते. कोणाची खांद्यावरची पर्स नाहीतर गळ्यातला कॅमेरा सांभाळता सांभाळता नाकी नऊ येत होते. वाट तर खूप अरुंद आणि जरा पाय घसरून द्यायची सोय नव्हती कारण खाली आणि वर माणसे एकमेकांना स्पर्श न होऊ देता पण एकदम जवळजवळ होती. सर्वात वरती पोहोचलो तर भिंतीला लागून दोन माणसे बसली होती. चतुर्थीला गणपतीच्या देवळात जसे भाविकांना, एक क्षण नमस्कार आणि अजून एक क्षण डोकं टेकवायला वेळ देतात, त्याच घाईत इथले ते स्वयंसेवक होते. एक स्वयंसेवक त्या अद्‌त दगडाचा किस घेणाऱ्याला जमिनीवर उताणे झोपवून खालपर्यंत सरकवत होता, त्या माणसाने किस घेतला रे घेतला की त्याला तो वरती खेचे आणि मग दुसरा स्वयंसेवक जिथे किस घेतला त्या दगडावर सॅनिटायझर शिंपडून झाल्या झाल्या पुढच्या माणसाच्या किसची वेळ येई. किस काढतानाचा फोटो घेणारा एक छुपा कॅमेरा तिथे होता. ज्याला कोणाला आपला असा विचित्र पोझिशनमध्ये दगडाला किस घेतानाचा फोटो आठवण म्हणून हवा असेल तर त्याचीही सोय (अर्थात पैसे भरायची तयारी असेल तर) केली होती. लाईन जसजशी पुढे सरकत गेली तसतसे लोकांचे किस घेण्यासाठीचे व्याप बघून मी किस न घेताच पुढे सरकण्याचे ठरवले होते. माझ्यापुढे पॅकी होती,

तिने आपली पर्स आणि कॅमेरा बाजूला ठेवून स्वयंसेवकांच्या मदतीने दगडाला उताणा दंडवत घातला, तिचे डोके दगडाकडे पोहोचते ना पोहोचते तर तिचा चष्मा नाकावरून उलटा कपाळावर येऊन किल्ल्याखाली पडतो की काय अशी परिस्थिती निर्माण झाली पण दगडाचा किस घ्यायची तिची जिद्द कायम होती. पटकन तिने "पेक ऑन चीक" का काय म्हणतात ते त्या दगडाच्या गालाला (की दगडाला!!!) केले आणि एकदाची उभी राहिली. आता आली माझी पाळी!!! सॅनिटायझरचे तीर्थ दगडावर मारल्या मारल्या माझी बोकांडी पकडून मला उताणे करण्यात आले. माझ्या मानेने जोरदार हिसका देऊन ओठाने दगडाचे चुंबन घेण्याचा प्रयत्न केला, माझ्या उभ्या आयुष्यातले दगडाचे घेतलेले (म्हणजे तसा प्रयत्न तरी केलेले) हे पहिलेवहिले चुंबन होते, अरेरे!!! पण माझे ओठ त्या दैवी दगडाला स्पर्श करू शकले नाहीत!!! पडण्याच्या भीतीने मी पटकन त्या दगडाला उडते चुंबन दिले आणि खेचल्यासरशी उभा झालो. मी हळूच इकडे तिकडे पाहिले, मी किस नाही तर फ्लाईंग किस दिला हे कोणालाच कळलेले नाही म्हणून मी खुश झालो आणि दुसऱ्या अरुंद जिन्याच्या पाय-यांनी खालती उतरू लागलो.

डोक्यात ते चुंबन घोळत असताना, वर येणाऱ्या दगड चुंबनार्थींची ती चढती रांग बघून हसावे की रडावे ते मला समजत नव्हते. उतरताना आता ह्या किल्ल्याची विविध दालने म्हणजे तिथली बेडरूम, दिवाणखाना, किचन बघणाऱ्यांची गर्दी आम्हाला लागली. खालती मोकळ्या गार्डनमध्ये एकदाचे पोचलो तेव्हा पाच दिवसांनी सर्वप्रथम माझ्या अंगावर आलेला घाम मला जाणवला. घाम आला म्हणजे व्यायाम जोरदार झाला, असे म्हणून मी स्वतःला शाबासकी दिली. आता हे गार्डन नवीन बसेस मधून आलेल्या टूरिस्टने बऱ्यापैकी भरून गेले होते. स्कॉटिश ड्रेस घालून एक राजबिंडा वयस्कर माणूस बॅग पायपर वर धून वाजवत होता. ती धून ऐकत ऐकतच आम्ही नदीच्या बाजूने जाणाऱ्या पायवाटेने तळ्यातल्या बदकांना भेटायला गेलो. किल्यावरच्या गोंगाटानंतर लाभलेले हे शांत क्षण आम्हाला मेडिटेशन प्रमाणेच वाटले. ब्लार्नी तलावातील ती बदके बघता बघता हिने "एका तळ्यात होती बदके पिले सुरेख" हे गाणं मोठ्यानं म्हणून ह्या आयरिश बदकांना मराठीचा गंध आहे का, याचा अंदाज घेतला. अर्थातच बदके तिच्याकडे फिरकली पण नाहीत, कारण जगातल्या सगळया तलावातल्या सुरेख पण हावरट बदकांप्रमाणे यांनाही फक्त तुम्ही खायला काय देता यामध्येच इंटरेस्ट होता.

ब्लार्नी किल्ल्यावरून आमची बस निघाली थेट मिडलटन येथील जेम्सन व्हिस्की डिस्टिलरीकडे! अठराव्या शतकापासून ही डिस्टिलरी गेली दोनशे वर्षे मद्यप्रेमींना त्यांची ब्लेंडेड व्हिस्की पाज पाज पाजत आहे. आजच्या घडीला जगातील तब्बल एकशे तीस देशात विकल्या जाणाऱ्या साऱ्या बाटल्या ही डिस्टिलरी एकटी बनवते, तेही आमची कुठेही शाखा नाही हे कुठेही न लिहिता! "जॉन जेम्सन" या पेशाने वकील असलेल्या सद्गृहस्थाने ह्या डिस्टिलरीची मुहूर्तमेढ सतराशे ऐंशी मध्ये रोवली आणि त्याच्या चारी मुलांनी आणि नातवंडांनीही आजोबांचा हा वसा पुढे दोन शतके जपला. गमतीची गोष्ट म्हणजे जेव्हा आयरिश व्हिस्की चा व्यापार डळमळू लागला तेव्हा आयर्लंड मधल्या सर्व डिस्टिलरीने एकत्र येऊन "नांदा सौख्य भरे" या उक्तीने हा कधीही मागणी कमी न होणारा धंदा एकत्र येऊन चालू ठेवला.

आम्ही जेव्हा डिस्टिलरीमध्ये पोहोचलो तेव्हा अजून एक टुरिस्टची बॅच, व्हिस्की कशी बनते याचे अतिशय अभ्यासपूर्ण प्रवचन आणि नंतर प्रचिती या दोन्हीसाठी आतुरतेने उभे होते. साधारण दुपारचे तीन वाजलेले आणि आमच्या ड्रायव्हरने, ड्रायव्हर वृत्तीनुसार, जिथे त्याला टुरिस्टच्या शॉपिंगमुळे कमिशन मिळेल तिथे वाटेत जास्त वेळ घालवून साऱ्यांना उपाशी ठेवले होते. त्यामुळे ती व्हिस्की न पिताच सर्व जणांच्या पोटात आग उसळली होती पण आम्ही दोघांनी दूरदर्शीपणे किल्ल्याजवळच्या मॉलमध्ये पटकन बर्गर खाऊन घेतल्याने आता मात्र सुखात त्या लाईनीत उभे होतो. आमची आत जायची वेळ झाली तेव्हा पिवळे जॅकेटचा युनिफॉर्म घातलेल्या बेंजामिनने, जेम्सन व्हिस्की चा इत्यंभूत इतिहास सांगण्यास सुरुवात करण्यापूर्वी चिअर्स म्हणूनच आमचे स्वागत केले आणि आमची ती अद्‌त सफर सुरू झाली. जेम्सन प्लांटची ती पूर्ण वास्तू या मंडळींनी लेणी, मंदिरे, चर्चेस सांभाळावेत अशा पद्धतीने जपलेली आहे. त्या आवारातल्या "मिल बिल्डिंग" या वास्तूत आम्ही सर्वप्रथम शिरलो. १७०० मध्ये बांधलेली ती बिल्डिंग काही वर्षे "मिलिटरी बॅरॅक" म्हणून वापरली जाऊन १८२५ मध्ये तिथे व्हिस्की बनण्यास सुरुवात झाली. या दोनशे वर्षे जुन्या बिल्डिंगमध्ये शिरल्यावरती बेंजामिनने सर्वप्रथम त्या बिल्डिंगला, लोकांच्या डोक्यावर हे सारे कोसळू नये म्हणून लावलेले टेकू दाखवले. हे टेकू नेमके आपण तिथे असताना दगा देऊ नयेत यासाठी मी मनातल्या मनात प्रार्थना म्हटली.

त्याने मग शेकडो वर्षांपूर्वीचे पंचक्रोशीतले ते कष्टाळू शेतकरी बार्ली च्या धान्याची पोती कसे पाठीवरून वाहून इथे आणून द्यायचे हे सांगितले. पोती वाहून आणणाऱ्या एका शेतकऱ्याचा पुतळा तिथे बनवून ठेवलेला होता. दोघाचौघा फोटोप्रिय सहप्रवाशांनी पटकन तिथे उभे राहून एक सेल्फी पण काढला. आपल्याकडे कसे सांगली, सातारा, कोल्हापुरातले शेतकरी उसाचे ट्रॅक्टरच्या ट्रॅक्टर साखर कारखान्यात घेऊन जातात त्याची मला आठवण झाली. आम्हाला शाळेत उसापासून साखर कशी बनवतात यावर एक धडा होता. तो ऊस पिळून पिळून पहिला रस काढायचा मग तो प्रचंड मोठ्या भांड्यात उकळवायचा मग ते जे काय उरते त्याला काकवी का काय म्हणतात मग पुढे कशी साखर

बनते वगैरे पद्धतीनेच व्हिस्की बनवण्याची पूर्वपार चालत आलेली प्रक्रिया त्याने आम्हाला समजावून सांगायला सुरुवात केली. आपल्याला नंतर परीक्षेत त्याचे उत्तर देणे अपेक्षित नसेल तर कोणतेही मिळत असलेले ज्ञान ग्रहण करताना कसा निखळ आनंद मिळतो, अगदी तसाच आनंद घेत घेत मी ते सारे ऐकू लागलो. प्रथमतः व्हिस्की बनवण्यासाठी लागणारी सारी सामग्री मग ते बार्ली साठवण्याची प्रक्रिया, त्या नंतर ते दळण्यासाठी वापरलेले ते अवाढव्य जाते, बेंजामिनने आम्हाला दाखवले. ते दोनशे वर्षांपूर्वी वापरलेले जाते बघून त्याही कित्येक वर्षे आधी जनाबाईने वापरलेल्या जात्याची मला आठवण झाली. (मनात कधी काय येईल ह्याचा नेम नाही बघा!) हे दळण झाल्यावरती ह्या पिठापासून पोळी किंवा पाव असे खायचे पदार्थ न बनवता ब्रूइंग आणि डिस्टीलिंग करून प्यायचा पदार्थ कसा बनवला जाई, याचे अतिशय अभ्यासपूर्ण विवेचन त्याने सुरू केले. एक भले मोठे फनेलच्या आकाराचे तांब्याचे भांडे शोकेसमध्ये सीलबंद करून तिथे ठेवलेले होते. बेंजामिन ने सांगितल्याप्रमाणे हेच ते भांडे ज्यामध्ये शेकडो वर्षांपूर्वी व्हिस्की बनवली जाई आणि आता हयात नसलेली तेव्हाची प्रजा त्याचे सेवन करीत असे. मग त्या भांड्याबरोबर फोटो काढण्यासाठी ही झुंबड उडाली. हे सारे परीक्षेत लिहायचे नसल्याने माझे मन, समजा एखादा अतिरेकी मोठा हातोडा घेऊन आत शिरला तर हे भांडे फोडू शकेल का? असा विचार करत पार भटकून गेले. एकदा मतितार्थ कळल्यावर माझे त्या प्रवचनावरचे लक्ष साफ उडाल्याचा हा परिणाम! पॅकी मात्र जात्याच अभ्यासू विद्यार्थिनी असल्याने, तिने बेंजामिनला किती डिग्री तापमानावरती हे उकळवतात? असे कठीण प्रश्न विचारून बेंजामिनची विकेट घेतली. यानंतर या भट्टीतून जो काही धूर निर्माण होईल तो हवा प्रदूषित न करता या चिमणी मधून कसा हवेत उंच फेकला जातो, हे त्याने समजावून सांगितले. आता माझ्या मोठ्या मेंदूला हे "महान ज्ञान" डोईजड होऊ लागले होते आणि यानंतरचा सगळ्यात शेवटचा कार्यक्रम म्हणजे "व्हिस्की चाखणे" हा कधी सुरू होणार? याची मी आतुरतेने वाट बघू लागलो.

आम्ही आता बाहेर मोकळ्या हवेत आलो होतो आणि मोठमोठे व्हिस्कीचे "कास्क ट्रक" वरून जाताना आम्हाला दिसले. हे जे डेरेदार लाकडाचे कास्क

आहेत, जे एकदाच वापरायचे असतात आणि ते परत वापरले तर व्हिस्कीची चव कशी वेगळी होते, हे बेंजामिनचे बोलणे ऐकून माझी जीभ परत चाळवली. "शेरी आणि बर्बनचे कास्क" कॅनडा, स्पेन इथल्या डिस्टिलरीमधून जेम्सन कंपनी आयात करते आणि त्या वेगवेगळ्या कास्कमध्ये व्हिस्की साठवून वेगवेगळ्या चवीची व्हिस्की बनवते. ही सारी अचाट माहिती ऐकून आणि जगातल्या यच्चयावत डिस्टिलरींचे एकमेकांशी असणारे शतकानुशतकांचे हे सौर्हादपूर्ण संबंध बघून माझी दिवसभर थकून गेलेली मान यांच्यापुढे नतमस्तक झाली. टूरच्या शेवटी बेंजामिनने लांब दूरवर दिसणाऱ्या एका नवीन उंच इमारतीकडे बोट दाखवून ही आमची एकमेव फॅक्टरी जिथे बनलेली चवदार व्हिस्की साऱ्या जगात पोचते, हे अभिमानाने सांगितले. यानंतर आम्ही त्यांच्या शोरूम कम व्हिस्की काउंटर वर पोहोचलो. पॅडी वॅगनच्या तिकीटात एक फ्री व्हिस्की कुपन होते. तिथे पोहोचल्यावर सारे जण प्रथम व्हिस्कीच्या काउंटरवर तुटून पडले आणि नंतर शॉपिंगच्या काउंटर्स मधून इकडे तिकडे फिरू लागले. जेम्सन हे नाव असलेल्या वेगवेगळ्या पिशव्या, टोप्या, किचन्स मॅग्नेट्स, ग्लासेस, खेळणी, मनी बॅग, कोस्टर्स, सॉक्स, रुमाल लॉकेट्स, दस्तुरखुद्द जेम्सन व्हिस्कीच्या छोट्या आणि भल्या मोठ्या खऱ्याखुऱ्या बाटल्या असे सारे काही तिथे विकत घेण्यासाठी होते जेणेकरून तुम्ही जेम्सनला जन्मात विसरणार नाही. पॅकीचे मन ज्ञानाने तृप्त झाले असल्याने तिचे फ्री कुपन तिने मला बहाल केले आणि "जेम्सन" लिहिलेली हिरव्या रंगाची टोपी विकत घेऊन, "स्वतःलाच टोपी घालणे" म्हणजे काय याची मी इथे प्रचिती घेतली.

जेम्सन फॅक्टरी नंतर आमचा परतीचा प्रवास सुरू झाला. जाताना ढुढ्ढाचार्यासारखे एकमेकांशी न बोलता शांत बसलेले सहप्रवासी परतीच्या प्रवासात हसत खेळत होते. कोणत्याही कास्क मधली कोणत्याही चवीची व्हिस्की असो, थोडे झिंगल्यासारखे तर सगळ्यांनाच वाटत होते. सकाळचा तो ब्लार्नी किल्ला चढणे, मग त्या महान दगडाचे चुंबन, ब्लार्नी तलावाला भेट, जॅम्सन प्लांट मधली तंगडतोड, जवळजवळ रिकामे असलेले पोट या साऱ्याने सारेच दमलेले सुद्धा होते. आठ मैलावरचे कॉर्क यायला आता फार वेळ लागला

नाही. जाताना दिसलेले कॅसल, मेंढ्या आणि हिरवागार निसर्ग बघून आता कोणी फोटो व्हिडिओ काढला नाही. हे काय रोजच तर बघत आहोत या थाटात सारे डुलक्या काढत होते. आता कॉर्क ही फक्त बसल्या बसल्याच बघावेसे साऱ्यांना वाटत होते. कॉर्क मधून जाताना "कॉर्क इंग्लिश स्कूल" असे लिहिलेली दिमाखदार बिल्डिंग मला दिसली. तिला बघून आता पार मोडकळीला आलेल्या गिरगावातल्या प्रार्थना समाज नाक्यावरच्या माझ्या "राम मोहन इंग्लिश स्कूल" ची मला आठवण झाली. परतीच्या प्रवासात जसे आता घर कधी येते, असे आपल्याला वाटते अगदी तसेच आता माझे जहाजावरील घर कधी एकदा येते असे मला झाले. दोन हजार मीटर वर समोर जहाज दिसत असताना ड्रायव्हरने टायटॅनिक म्युझियम कोणाला बघायचे असेल तर इथे उतरा, असे म्हटले. मी ठरवल्याप्रमाणे त्या म्युझियममध्ये पाय ठेवायचे सोडा, बिलकुल नजरही टाकली नाही आणि जहाजावरील घरात जायला तडक निघालो.

अँग्रेसची कृपा

कालच्या कॉर्क च्या सफरीनंतर मी आज जरा जास्तच वेळ अंथरुणात लोळत पडलो होतो. स्वप्नं पडत होती, मध्येच जाग येत होती. परत स्वप्न पडत होती, असं काहीतरी चालू होते. त्या ब्लार्नी स्टोन ला उडते का होईना मी चुंबन दिले असल्याने मला "दैवी शक्ती" प्राप्त झाल्याने मी पॅकीला वादविवादात हरवले असून ती मला पूर्वी बायका कशा वाकून नवऱ्याला नमस्कार करायच्या, तसा नमस्कार करते आहे, असे स्वप्न नुकतेच संपले होते आणि मी तिच्या गदागदा हलवण्याने आणि "अरे उठ लवकर, इथे अँग्रेस आलय» अशा किंचाळल्याने पटकन उठून अंथरुणात बसला झालो. "अँग्रेस कोण आता?" मी पार गोंधळून विचारू लागलो. आमच्या बिल्डिंगमध्ये आमच्याच वरती एक "अँग्रेस फर्नान्डिस म्हणून बाई राहते. ती इथे क्रूझ मध्ये कशी उपटली आणि उपटली तर उपटली त्यामध्ये किंचाळण्यासारखे काय आहे एवढे? असे झोपेच्या गुंगीत मला वाटले. जरा अजून शुद्धीवर आल्यावर तिने म्हटले «बघ, बघ या टीव्हीवर बघ, अँग्रेस नावाच्या चक्रीवादळात आपलं जहाज सापडलं आहे, अशी सारखी अनाउन्समेंट करतायत ही लोक मघापासून!" खिडकीतून बाहेर नजर टाकली तर समोर खवळलेला समुद्र होता आणि दूरचे ते "डिंगल" का काय दिसत होते. डिंगलला स्वतःचे स्वतःच फिरण्याचे आम्ही आधीपासूनच ठरवले होते. कोणतीच टूर आम्ही बुक केलेली नसल्याने अँग्रेसला फार मनावर न घेता आम्ही फिरत फिरत "ब्लिस लाऊंज" गाठले. तिकडे गेल्यावर कळले की, अँग्रेसमुळे टेंडर नामक

छोट्या बोटी, ज्याने "डिंगल" गाठायचे होते त्यात बसणे धोकादायक असल्याने त्या साऱ्या टूर्स रद्द करण्यात आल्या आहेत. "बरं झालं कोणतीही टूर बुक केली नव्हती!!!" असे म्हणतच आम्ही आमच्या रुमवर परत जायला निघालो.

रोमान्स पॅकेज मध्ये बेड मध्ये ब्रेकफास्ट घेण्याचा एक कार्यक्रम होता. डिंगलला खाली उतरण्याची घाई नसल्याने त्याचे बुकिंग नेमके ह्या दिवशी आधीच केले गेले होते. खरे तर रुममध्ये पोचेस्तोवर ह्या अँग्रेसमुळे मला डोक्यात हलल्यासारखे आणि पोटात ढवळायला ही लागले होते. जरा पडलो थोडा वेळ बेड वर आणि आमच्या स्टेट रूमची बेल वाजली. दरवाजा उघडून बघतो तर दोन स्टुअर्डस एक भला मोठा ट्रे समोर घेऊन उभे होते. त्या ट्रेमध्ये ठेवलेल्या काचेच्या गोल बॉक्स मागे आणि त्यातील पदार्थांमागे त्यांचा चेहरा लपलेला होता एवढी ती चवड उंच होती. मी त्यांना "तो सारा खाण्याचा महाल आत आणायला मदत करू का?" वगैरे विचारले सुद्धा पण ते पटापट आत घुसून सारे काही आमच्या रूममध्ये मांडू सुद्धा लागले. त्यामध्ये स्क्रँबलएग आणि टोस्ट शिवाय अनेक स्कोन्स, पेस्ट्रीज, केक्स, फळांच्या बशा, बटर, जॅम, हनी, चहा कॉफीची किटली, काटे चमचे, सुऱ्या, पांढरे टॉवेल आणि एक पुरणपोळीच्या आकाराएवढा पांढऱ्या क्रीमचा उंच लगदा असून त्याला अनेक स्ट्रॉबेरीज चिकटवलेल्या होत्या. हे सर्व खाणे आम्हा दोघांना सोडाच पण माझ्या आणि तिच्या बहिणींनाही (बरोबर असत्या तर) पुढील दोन दिवस पुरले असते. बकासुरालाही पुरेल इतक्या त्या ब्रेकफास्टने आमची पाव रुम भरून गेली होती. आलटून पालटून रूम मधील नॅव्हिगेशन स्क्रीन आणि खिडकी बाहेरील समुद्राकडे नजर टाकत टाकत आम्ही ते सारे खाऊ लागलो. पाचव्या मजल्याइतक्या उंचीवर असलेल्या आमच्या रुमच्या खिडकीवर इतक्यात एका लाटेने फटाक करून अचानक चपराक मारली आणि आम्हाला जागरूक केले. कॅप्टनने तो पर्यंत स्क्रीन वरती आपल्या निवेदनाला सुरुवात केली. "अँग्रेस हे चक्रीवादळ एक्सप्लोसिव्ह सायक्लोजेनेसिसमुळे बॉम्बे जेनेस्टिक झाले आहे. ह्या वादळापासून सुरक्षित ठिकाणी आडोसा घेण्यासाठी, केवळ डिंगलच नव्हे तर फॉइन्स आणि गॅल्वे हे स्टॉप रद्द करून त्वरेने आपण लांब पळत जाऊन

स्कॉटलंडच्या दिशेला जात आहोत", असे त्याने सांगितले. "तुमची सुरक्षा ह्यालाच आम्ही सर्वात जास्त प्राधान्य देत असल्याने हा निर्णय घेण्यात आला आहे" हे त्याचे म्हणणे माझ्या चक्कर अनुभवलेल्या डोक्याला जास्तच पटले. "हा सारा सिझनच इथे चक्रीवादळे येण्याचा आहे पण आम्हाला वाटले त्यापेक्षा हे वादळ तासागणिक जास्तच तीव्र होत असून तब्बल पन्नास केटी चा वेग ते घेईल याची कल्पना आम्हाला नव्हती", हे ऐकून मात्र मला प्रश्न पडला की जर हा सिझन चक्रीवादळांचा आहे तर या क्रुझ बिज काढता तरी कशाला? जाऊ दे, चिडण्यात तर काहीच अर्थ नव्हता.

डिंगल काय फॉइन्स काय आणि गॅल्वे काय, एकेका बंदरावर जाणेच रद्द होत आहे, असे सांगणाऱ्या घोषणा आता थोड्या थोड्या वेळाने होत होत्या आणि त्याच बरोबर दिवसभर या गदागदा हलणाऱ्या क्रूझ मध्ये करायचे काय? हा प्रश्न क्रूझवाले युद्ध पातळीवरती सोडवू पाहात होते. लोक शांत चित्ताने राहावेत यासाठी तातडीने गाण्याचे, नाचण्याचे, मनोरंजनाचे कार्यक्रम आयोजित करून नवे टाइम टेबलही त्वरेने बनवण्यात आले. ह्या अँग्रेस अग्रेस वादळाची काडीमात्र चिंता न करता ते नवे टाइम टेबल हातात धरून, आज इथेच काय काय धम्माल करता येईल ह्याचा अभ्यास पॅकी आता करू लागली. घरून घेऊन आलेल्या गुलाबी हाय लायटरने तिने आज कुठे कुठे मजा करायची ह्यावर खुणा करून माझ्यावर ते टाइम टेबल फेकले. फन फिटनेस क्लास, दुर्बिणीवरचे सेमिनार, साल्सा, चाचाचा आणि आयरिश स्टेप डान्स क्लास अश्या आयटम खालच्या तिने केलेल्या खुणांनी तर अँग्रेस देत असलेल्या धक्क्यांपेक्षा मला जास्त हादरवले. पण भर अटलांटिक समुद्रात तिच्या बरोबर अडकलो असल्याने हे सारे करण्यावाचून मला आता गत्यंतर नव्हते.

तर ह्या भर अँग्रेस मध्ये, सुरवातीला आम्ही गेलो ब्लिस लाउंज मध्ये! जमैका देशाची ल्युसी फन फिटनेस क्लास घेत होती. ल्युसी ने स्वतः आदल्या रात्री बहुतेक पार्टी केली असल्याने, तिचे डोळे सुजल्यासारखे वाटत होते. ती कॅरिबियन म्युझिक लावण्यापूर्वी "ओम" चँटिंग कसे करायचे हे आम्हाला

शिकवू लागली. पुण्यातल्या घरच्या गणपतीला नुकताच "सहस्त्रावर्तन" करून आलेला मी ह्या ओमने स्तंभित झालो. आमच्या बाजूला ह्या क्लास मध्ये साधारण साठीतल्या परंतु विशी तिशीतील अंगकाठी असलेल्या स्पॅनिश, इंग्लिश, अमेरिकन युवती होत्या. त्यांचे अंगाला चिकटलेले ते फॅशनेबल आऊटफिट बघून मला माझ्या नाडीवाल्या अर्ध्या चड्डीची दया आली. एकतर ट्रिपवर असताना, मारे हॉटेल मधल्या जिम मध्ये जाऊन व्यायाम करण्या-यातला मी नाही आणि वर चक्रीवादळात अडकलेले असताना हे फिट बिट बनायचे मनात तरी कसे येते हा प्रश्न मला पडलेला! असो. ते झाल्यावर असेच समुद्राकडे निवांत बघत आपल्या इच्छाशक्तीच्या जोरावर वादळ थोपवण्याचा प्रयत्न करण्याऐवजी आम्ही लाऊंजमध्ये चालू असलेल्या रहस्य कथेच्या खेळात सहभागी झालो. एक अगाथा ख्रिस्तीच्या धर्तीची गोष्ट मोठ्या स्क्रीन वर लिहिलेली होती. ल्युसीने ती वाचून दाखवली. आम्हाला दहा मिनिटात खुनी कोण आहे किंवा यातले रहस्य काय वगैरे शोधून काढायचे होते. माझे सारे शिक्षण "राममोहन इंग्लिश स्कूल" या नावाच्या "पूर्ण मराठी" शाळेत झालेले असल्याने मला ती छोटी स्टोरी तीनदा वाचली तरी त्यातले रहस्यमय खाचखळगे समजले नाहीत. पॅकी फ्रॉम "सेंट टेरेसा हायस्कूल, बांद्रा" ला अर्थातच पटापट सारा उलगडा झाला आणि ती उत्तरे लिहून मोकळी झाली. ह्या गेम नंतर बाहेर पडून बघतो तर क्रूझच्या डेक वर जाण्याचे आणि समुद्राची हवाबिवा खाण्याचे सारे दरवाजे बंद करण्यात आले होते आणि काय करायचे सुचत नसल्याने बरेच जण काचेच्या खिडक्यांना तोंड चिकटवून बाहेर ते अँग्नेस का काय, कसे दिसते? ते बघायचा प्रयत्न करत होते. सर्वात वरच्या मजल्यावर गेलो तर स्विमिंग पूल आणि बार दोन्हीही बंद झालेले आम्हाला दिसले. नंतर पोहोचलो "मंदारा स्पा" शी. अँग्नेसमुळे कंटाळलेल्याना रिझवण्यासाठी इथे डोळे आणि स्किन तपासणीचा मोफत कॅम्प लावला गेला होता. ही खुद्द डोळ्यांची डॉक्टर असल्याने आणि स्वतःचे डोळे स्वतः तपासू शकत नसल्याने ते करायला ती गेली. त्यानंतर बोनी च्या कृपेने अँग्नेस पासून दिलासा वाटायला लावणारी "चिकन करी आणि जिरा राईस" आम्ही ऍक्वा लाउंज मध्ये खाल्ली आणि रुम वर गेलो.

खरी हद्द नंतर झाली. दुपारी तीन ते पाच ह्या वेळेत ब्लिस लाउंज मध्ये "टॉमी" नामक नृत्य शिक्षकाच्या "बचाटा" डान्स क्लासला जाणे मला भाग पडले. एक तर दुपारची जेवणानंतरची झोपण्याची वेळ वर तो जिरा राईस खाल्लेला. शरीर उभं ठेवणं मला मुश्किल झालेलं होत पण मी मुकाट्याने सगळ्यांबरोबर शरीराचे जे जे काही भाग जसे जसे हलवायला सांगितले गेले तसे करत राहिलो. "चाचा" आणि "सालसा" हे दोन्ही क्युबा देशातले डान्स असून "चाचा" आणि "साल्सा" ह्या नृत्याच्या दोन प्रकारांचे "बचाटा" म्हणे मिश्रण होता आणि सांबा डान्सच्या स्टेप्स घेताना एक स्टेप पुढे घेऊन समोर पायाने वर्तुळे काढायची असतात असे टॉमी सांगू लागला. असेच दर दुपारी ज्ञान प्रबोधन झाले आणि जगलो वाचलो तर मुंबईला पोहोचल्यावर डॉ(क्टर) रानडे या ऐवजी डा(न्सर) रानडे म्हणून माझे व्हिजिटिंग कार्ड छापू शकेन असे मला वाटून गेले.

हे नाच नाचता नाचता संध्याकाळ होत आली. एवढे लाखो रुपये खर्च केले आणि ही कधीही नावही न ऐकलेली आयर्लंडमधली तीन ठिकाणे बघायची कायमची राहून जाणार ही हुरहूर मनात होतीच पण त्याहून जास्त इथे समुद्रात अडकून राहिलो आहोत, ही भावना जास्त प्रबळ होती. क्रूझचा पंचतारांकित दिमाख या सगळ्याचा विसर पडायला मदत करत होता, हे मात्र खरे होते. क्रूझमध्ये "स्टारडस्ट" नावाचे एकावेळी हजार माणसे बसू शकतील एवढे मोठे थिएटर होते. त्या संध्याकाळी सात वाजताच्या प्रयोगासाठी थिएटरच्या कॉरिडॉरमध्ये शिरलो तर दोन्ही बाजूच्या शेकडो लखलखणाऱ्या दिव्यांना बघून वाटलं की आपण आपल्याच लग्नाला तयार होऊन आत शिरत आहोत आणि कोणत्याही क्षणी आपलं कपाळावर टिळा लावून आणि गुलाब पाणी वगैरे शिंपडून स्वागत होईल! इथल्या सीटवर नंबर नव्हते, आम्ही पाहिजे तिथे बसू शकत होतो पाहिजे तेव्हा उठून जाऊ शकत होतो. दिवस भर क्रूझवर ओरिगामी, कॅनवास पेंटिंग, डान्सिंग असे काय काय करून थकलेले लोक आपापला ग्लास घेऊन आत येत होते. खवळलेल्या समुद्रावर आमचे जहाज झुलत असल्याने त्या दिवशीचा तारेवरच्या कसरतीचा कार्यक्रम रद्द करावा लागून "काटीया" आणि "झिनिया" यांचा नृत्याचा कार्यक्रम सादर झाला. त्यांचे ते

अप्रतिम सादरीकरण बघून घटकाभर आम्ही चक्रीवादळात फसलो आहोत हे विसरून गेलो.

स्टारडस्ट वरून रूम वर पोहोचलो तर, "क्रूझचा कॅप्टन सर्व प्रवाशांबरोबर पुन्हा एकदा संवाद साधणार आहे", अशी लाईन नॅव्हिगेशन स्क्रीन वर दिसत होती. नऊ वाजले. कॅप्टनने आपल्या निवेदनाला सुरुवात केली. त्याने "युअर सेफ्टी इज अवर प्रायोरिटी" हे वाक्य पंधरा मिनिटात सात वेळा बोलल्याचे मी स्वतः मोजले. खरे तर हे सोडून मला तो काय बोलतोय ते नीटसे कळतही नव्हते. कॅप्टन नंतर क्रूझ डायरेक्टर बियांकाने माईक हातात घेतला. डिंगल, फोईन्स आणि गाल्वे हे स्टॉप रद्द झाले म्हणून सर्व प्रवाशांना प्रत्येकी पन्नास डॉलर्स परत केले जाणार असल्याचे तिने सांगितले, त्याशिवाय ज्यांनी बंदरावर फिरण्यासाठी पैसे भरले आहेत तेही परत मिळतील अशी घोषणा तिने केली आणि त्याचबरोबर आपल्याकडे सर्वांना पुरतील एवढ्या लाईफ बोटी आहेत, हे जणू काही माझ्यासाठीच सांगून टाकले.

त्या रात्री झोपेतून जाग आली तेव्हा ह्या अँग्रेसच्या चिंतेने मला पुन्हा झोप येईना. घरी जेव्हा अशी जाग येते तेव्हा मी जागा असलो तरी डोळे मिटूनच, जणू झोपेचे नाटक करत, बाथरूमला जातो जेणेकरून परत अंथरुणात पडेस्तोवर झोप उडून जाणार नाही. जहाजात एकतर रात्री जाग आल्यावर आपण आपल्या घरात नाही हे दोन क्षण उशिराच लक्षात येई आणि परत बेडवर अंग टाकण्यापूर्वी त्या खिडकीतून अगदी लागून असलेला समुद्र दिसे. साऊंड प्रूफ खिडकीमुळे त्याचा अजिबात आवाज येत नसल्याने तो मनात जास्तच धडकी भरवी. त्या रात्री अंथरुणात लोळत बघितलेला समुद्र आणि त्याचा तो अवतार मी कधी विसरणार नाही. विमानातून प्रवास करताना आपण सतत इतक्या उंचीवरून जातोय ते जाणवत नाही तसेच जहाजामधून प्रवास करताना असा समुद्र दिसला नाही तर किती बरे!! असा एक वेडपट विचारही मनात येऊन गेला. माझं मुंबईतील घर, ते हवेतले प्रदूषण, नाक्यावरच्या वडापावचा वास, कधी एकदा परत अनुभवायला मिळेल ह्याची मी वाट बघू लागलो. गेली कित्येक वर्षे

मी चक्रीवादळाच्या बातम्या नुसत्या ऐकून होतो, अरबी समुद्रातल्या वादळाने मुंबईत जोरदार वारे सुटले, काही झाडे पडली, रस्त्यावर पानांचा खच पडला आणि ते चक्रीवादळ मुंबई सोडून कुठेतरी कच्छला तरी गेले किंवा समुद्रातच विरून गेले अशी साधारण बातमी असे. पण हे वेगळे होते, आम्हीच भर समुद्रात होतो आणि चक्रीवादळाने आम्हाला जखडून टाकले होते.

त्या रात्री कशीबशी तळमळतच कधीतरी मला झोप लागली. सकाळ झाली, मी आंघोळ करून सरळ गणपती अथर्वशीर्ष म्हणण्यास सुरुवात केली. "त्वमेव प्रत्यक्षम तत्व म असी" असा पुकारा करून, "गजानना तूच कर्ता करविता असून ही बोट तो गोरा कॅप्टन नाही तर तूच चालवतोयस, जहाजाभोवतीच्या या साऱ्या अद्यावत लाइफ बोटी नाही तर तूच माझं पूर्व, पश्चिम, उत्तर दक्षिण अश्या सर्व दिशांकडून, वरून खालून, आता संरक्षण कर." असे त्या समुद्रावर (म्हणजे जहाजात) मांडी घालून मी म्हटले. माझ्या प्रार्थनेमुळे म्हणा, कॅप्टनच्या स्कॉटलँडच्या आडोशाला जायच्या चतुराईमुळे म्हणा, समुद्र हळूहळू शांत होताना दिसू लागला. आजचा दिवस प्रवास करून उद्या किलीबेगला आपण जाऊ शकू हा विश्वास हवेत आणि लोकांच्या चेहऱ्यावरही दिसत होता. परत एकदा जहाजावर फिरायला आणि मन रमवायला आम्ही बाहेर पडलो. एका ठिकाणी मोबाईलवर छान छान फोटो कसे काढायचे हे दाखवणारा वर्क शॉप चालू होता. प्रत्येक जण मग ते ऐकून आपापल्या फोनवर ते करू पाहत होते. प्रात्यक्षिक दाखवणारा सगळ दाखवून झाल्यावर, मुंबईतल्या लोकल ट्रेन मधल्या सेल्समनगत वीस डॉलर मध्ये ह्या तीन लेन्स घ्या, असे बडबडत सगळ्यांना एकेक करून त्या लेन्सचा चमत्कार दाखवू लागला. कोणी त्या घेत नाही म्हटल्यावर, हा वीस म्हणतोय कि वीस हजार असे आम्हाला प्रथम वाटले. शेवटी वीस डॉलर हीच किंमत आहे, हे निश्चित कळल्यावर आम्ही भर वादळात त्याची खरेदी करून टाकली.

जहाजात ओशिहान्स व्यतिरिक्त व्हर्साय, सुशी बार, टप्यानाकी, स्टेक हाउस अशी विविध रेस्टोरंटस होती. क्रूझ बुक करताना ह्या सगळया ठिकाणी

वेगवेगळ्या चवी चाखायला आम्ही कधी पोहोचू असे वाटलेच नव्हते कारण पहिला आणि शेवटचा दिवस वगळता तब्बल सात बंदरावर उतरून पूर्ण दिवसभर आयर्लंड बघण्याचा तर क्रूझचा मूळ प्लॅन होता. आमच्या पॅकेज मध्ये दोन स्पेशालिटी रेस्टोरंटस मध्ये जेवायला मिळणार होते. पहिले "ल बिस्त्रो" मध्ये जेऊन आल्यावर दुसरे ठिकाण होते "कॅगनी स्टेक हाऊस" माझ्या किरकोळ इंग्लिश वाचनात जे काही आले होते त्यावरून माझ्या मनाची अशी पक्की समजूत होती की स्टेक म्हणजे बीफ. मग स्टेक हाउस मध्ये तेच मिळणार हे ओघाने आलेच. माझे बालपण ज्या गिरगावात गेले तेथील फडके गणपती मंदिराच्या बाहेर उभ्या असलेल्या गाईना चारा देणारे गणेशभक्त बघत बघत मी लहानाचा मोठा झालो. त्यामुळे बीफ खाणे तर दूरच, स्वतःला चक्क "स्टेक हाऊस" म्हणवणाऱ्या रेस्टोरंट मध्ये पाऊल टाकायला ही माझे मन कचरत होते. ह्या ठिकाणी बीफ सोडून इतरही बरेच काही मिळते, ह्याची दुपारी रेस्टोरंट बंद असताना खात्री करून घेऊन त्या रात्री आम्ही तिथे गेलो. कसला घास तेव्हा तोंडात होता आता लक्षात नाही पण कधीतरी इथेच जेवताना एकदाची ही घोषणा मी ऐकली की, "अँग्रेस पूर्ण विरून गेले असून उद्या सकाळी आपण किलीबेग बंदराला पोहोचत आहोत." अचानक एखादी सुटीबीटी जाहीर झाल्यावर जशी शाळेतील मुले उत्स्फूर्त टाळ्या वाजवतात तसेच आम्ही आणि आमच्या आजूबाजूच्यांनी केले आणि निवांत मनाने सकाळी बंदराला लागण्यासाठी त्या रात्री आम्ही झोपी गेलो.

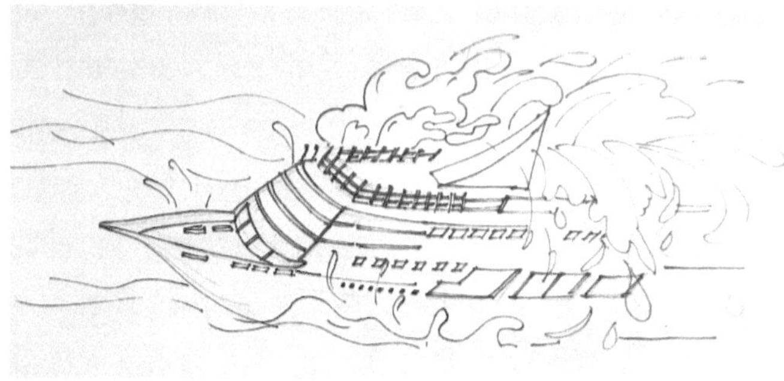

किलीबेग

सलग बहात्तर तास समुद्रावर काढून जहाज एकदाचे किलीबेगला लागले. त्या बंदरावर पाय ठेवले तेव्हा खालच्या जमिनीचा स्पर्श खूप हवाहवासा वाटला. "एखाद्याला जमिनीवर आणणे" हा वाक्प्रचार मराठीत खरे तर वेगळ्या अर्थाने आपण वापरतो. आज मला पहिल्यांदा "जमिनीवर आलो" ह्याचा आनंद झाला. बाजूच्या बिल्डिंगी, डांबरी रस्ते, जमिनीवर धावणाऱ्या गाड्या, वरच्या तारांवरचे पक्षी, फुटपाथ वरती चालणारी माणसे बघून, या दुनियेत परत आलो याचे हायसे वाटले. खरेतर जहाज एवढे मोठे होते की त्यावरही मॉर्निंग वॉक घ्यायची सोय होती. लोक त्या जहाजाला अगदी बाहेरच्या डेकवरून पूर्ण प्रदक्षिणा घेताना सकाळी सकाळी मी पहिले होते पण जमिनीची मजा त्याला नाही. जमीनवर उतरल्यावर सर्वप्रथम आम्ही किलीबेगला चांगली रपेट घायची ठरवले.

किलीबेग हे शहर माशांसाठी प्रसिद्ध आहे. अतिशय खोल अश्या ह्या बंदरात मासेमारी करणाऱ्या महाकाय ट्रॉली सदैव जा-ये करत असतात आणि इथून म्हणे आफ्रिकेपासून जपान पर्यंत साऱ्या जगाला माशांचा पुरवठा केला जातो. तर ह्या माशांच्या शहरात नुकतीच वादळातून सुखरूप सुटलेली, आम्ही दोन माणसे अशीच भटकू लागलो. चालायला सुरवात केली तेव्हा लख्ख ऊन पडले होते आणि पाच पावले टाकतो न टाकतो तर पावसाची एक जोरदार सर आली. एका टुमदार घराच्या बंद खिडकीच्या आडोशाला उभे राहून हिने घाईघाईने तिचा रेनकोट चढवला आणि आम्ही परत चालायला लागलो. थोडे

चाललो तर परत ऊन आणि हिने रेनकोट काढला रे काढला की परत पाऊस, असे त्या अर्ध्या तासात तीनदा तरी झाले. आयर्लंडमध्ये असाल तर एका तासात ऊन, पाऊस आणि थंडी असे सारे सीझन तुम्ही अनुभवू शकता असे मी फक्त वाचले होते त्याचा चांगलाच अनुभव आम्हाला आला. एक दोन माणसे सोडता तो सर्व परिसर निर्मनुष्य होता. जेमतेम दोन हजाराची वस्ती असलेल्या त्या शहरात चालत असताना तिथल्या छानछान घरांच्या बंद खिडक्यांच्या आडोश्याला स्वतःला पावसापासून वाचवायला जेव्हा थोडे थांबावे लागे तेव्हा, एक कोटीहून जास्त वस्ती असलेल्या मुंबईनामक शहरातल्या मला ती निर्मनुष्यता जास्तच जाणवली.

क्रुझवरील सर्व स्पेशालिटी रेस्टोरंटस मधली चव चाखून झालेली असल्याने आजचे दुपारचे जेवण गार्डन कॅफेत घेण्याचे सकाळीच ठरले होते. तेथील लंच मेनू मध्ये सूप, सलाड, पास्ता, पिझ्झा, नूडल्स, चिकन, सँडविचेस अशा परिचित खाद्यपदार्थांबरोबरच टर्की चिली, बटर मिल्क पिकांश, व्हाईट व्हील आणि मशरूम कोकोनट तिलापिया अशा आतमध्ये काय आहे ह्याचा पत्ता लागू न देणाऱ्या नावांच्या डिशेस वर लोक ताव मारत होते. ह्या सगळयांमधून फिरत असताना कुठेतरी टोकाला मला चक्क स्टीम राईस, दाल तडका, चिकन करी आणि मिक्स सब्जी चा एक छोटासा काउंटर दिसला. हे ओळखीचे पदार्थ बघून माझी अवस्था "अजी म्या ब्रह्म पाहिले" अशी झाली. मी डिश भरून घेतली आणि टेबलावर जाऊन बसलो पण यात काहीतरी कमी आहे हे लक्षात आले. सकाळी ब्रेकफास्टच्या वेळी बघितलेले दह्याचे डबे मला आठवले. दुपारच्या जेवणाला कोणी हा पदार्थ खाईल याचा सुगावा नसल्याने ते काउंटरवर मांडलेले नव्हते. ते पाठी उभ्या असलेल्या शेफ कडे मागायला गेलो तर योगर्ट हा शब्दच थोडा वेळ आठवेना, मला तो आठवल्यावर, त्याने ते योगर्ट मिळवून द्यायला अजून दहा मिनिटे लावली. एकदाचे ते आले आणि दही म्हणून माझ्या आमटी भातावर पडले आणि मी जेवू लागलो. हा काउंटर जर मला पहिल्या, दुसऱ्या दिवशी सापडला असता तर सारे चायनीज, जापनीज, अरेबिक खाऊन झाल्यावर रोज रात्री आमटी भात जेवायला मी इथे आलो असतो हे नक्की.

दुपारी क्रूझ मार्फत जवळील "क्लीफ ऑफ स्लीव्ह" ला जायला आम्ही निघालो. अँग्रेसमुळे गॅल्वेचा स्टॉप घेता न आल्याने तिकडचे "क्लीफ ऑफ मोहेर" हे ठिकाण बघायचे राहून गेले होते. हे मोहेर म्हणे तिथे हॅरी पॉटर सिनेमाचे शूटिंग झाले असल्याने टुरिस्ट मध्ये प्रचंड लोकप्रिय आहे. माणसे काय, जागा काय, आपापले नशीब घेऊन आलेल्या असतात. आम्ही भेट द्यायला जात असलेले स्लीव्ह चे डोंगरकडे खरे तर मोहेर पेक्षा बरेच जास्त उंच असूनही ते तितके वर्दळीचे नाहीत. ह्या डोंगरकड्यावर जायला अर्ध्या वाटेवर पोहोचल्यावर आमची मोठी बस सोडून देऊन, बॅटरीवर चालणाऱ्या छोट्या बस मधून प्रवास करायचा होता. त्यामुळे अर्धी माणसे पुढे गेली आणि आम्हाला चारही बाजूला हिरवी शेतेच शेते असणाऱ्या, रस्त्याच्या वळणावरील टुमदार कॅफे मध्ये थांबवण्यात आले. आपल्याला कसं चहाबरोबर खारी नाहीतर बिस्कीट लागते तसे इकडे किटलीतील गरम चहा आणि वेगळ्या आणलेल्या गार दुधाबरोबर स्कोन बटर आणि जॅम लागतोच. हिच्या सकट सारे सहा प्रवासी त्याचा मस्त स्वाद घेत होते. कडक आणि गरम चहा पिणाऱ्या माझी त्याउलट अवस्था होती. दुपारची झोप उडवण्याची बिलकुल क्षमता नसलेला, रंगाने अतिशय अशक्त दिसणारा तो चहा त्यात थंड दूध टाकून मला प्यावा लागत होता. याच्या वरताण म्हणजे तो पिताना आणि स्कोन खाताना वारा इतका सुटला होता की, हा चहा पिऊ की हवेत सर्वत्र उडणारे ते पेपर नॅपकिन गोळा करू, हा प्रश्न मला पडला. मग चहा प्यायचे सोडून इकडे तिकडे उडणाऱ्या पेपर नॅपकिनना, संक्रातीला पतंगामागे लागलेल्या मुलांगत पकडायचा प्रयत्न करणाऱ्या तरुण वेट्रेसला मदत करायचे मी ठरवले आणि ते केल्यावर तिचे ते "थँक यू" पुढचे "अंकल" कानावर पडू न देता रेस्टोरंटच्या बंदिस्त भागात पोहोचलो. आतमध्येही टुरिस्टची गर्दी असून, एक वयस्कर आयरिश माणूस गिटार वरती लोकप्रिय इंग्लिश गाणी म्हणत होता आणि हिच्या सकट सारे जण त्याच्या बरोबर ठेका धरून गातही होते.

आमचा चहापानाचा कार्यक्रम संपता संपता वर डोंगर कड्यावर गेलेली पहिली बॅच खालती आली आणि आम्ही तिथे जाण्यास निघालो. बॅटरीवर

चालणाऱ्या बसने जात असल्याने आम्ही प्रदूषण वगैरे न वाढवता वर पोहोचलो. सर्व प्रथम स्लीव्हच्या डोंगर कड्यावरून खाली पसरलेला अथांग अटलांटिक समुद्र मी डोळे भरून बघितला. यात तीन दिवस अडकून नंतर त्याला सुरक्षित अंतरावरून उंचावरून बघण्यात वेगळीच मजा होती. आयरिश दंतकथेत "जायंट्सना" खूप महत्व आहे. सारे जण वरून त्या "काल्पनिक जायंटचे समुद्रातले टेबल आणि खुर्ची" शोधण्यात मग्न होते आणि तेव्हढ्यात कोणालातरी ती टेबल आणि खुर्ची दिसली सुद्धा. मी डोळे सगळीकडे फिरवत होतो तर मला कोठे काही दिसेना. थोड्या वेळाने हिलाही ती दिसली तरी मला दिसेना, हे अर्थात नेहेमीचेच आहे. ताडोबाच्या जंगलातही तो दूरवर ठिपक्यागत दिसणारा बिबळ्या साऱ्या आजूबाजूच्या माणसांना नीट दिसतो आणि मला नेमका काही केल्या दिसत नाही आणि मग बरेच वेळा खोटे बोलून, "हां दिसला, हां दिसला" असे मला करावे लागते पण ताडोबाला काय परत जाता येईल, इथे ह्या डोंगरावर कोण येतय सारखे सारखे, म्हणत ती टेबल खुर्ची काही झाले तरी डोळ्यांना दाखवायचीच, असा मी चंग बांधला. हिनेही मग, "बघ ते छोटं झाड दिसतंय....., त्याच्या उजवीकडे बघत बघत नजरेने समुद्रात जा .....," मी म्हणालो "गेलो", "तिथे बघ एक छोटा काळा दगड दिसेल....," मी म्हणालो "दिसला," "त्याच्या पुढे एक लाट आहे बघ" (??) "ती ओसरेल तेव्हा एक मोठा उंच चौकोनी दगड दिसेल आणि त्याच्या पुढ्यात एक अजून बुटका सपाट दगड आहे ..., अरे तीच जायन्टची टेबल आणि खुर्ची!" मी ती म्हणते म्हणून त्यांना ते मानले आणि पाठी वळलो.

उतरताना त्या डोंगरावरील पूर्ण मातीच्या अरुंद पायवाटेवर किलीबेग नगरपालिकेने जागोजागी लावलेले बोर्ड मला दिसले. एक बोर्ड परत परत दिसला तो म्हणजे, कृपा करून आपल्या कुत्र्याने केलेली घाण साफ करा! इथली माणसे रामप्रहरी आपल्या कुत्र्यांना घेऊन ह्या डोंगरावर फिरायला येतात आणि कुत्र्याने केलेले सारे काम साफ करून निमूटपणे परत जातात, या लाभलेल्या सामान्य ज्ञानाने मला मुंबईत डांबरी रस्त्यावर हजारोंनी असलेल्या भटक्या (आणि पाळीव देखील) कुत्र्यांनी केलेली घाण आठवली आणि निमूट मान खाली घालून मी परतीचा रस्ता धरला. किलीबेग हे लिंबूटिंबू ठिकाण एकदाचे बघून झाले होते आणि उद्याच्या "बेलफास्ट" ला जायच्या घंटा मनात वाजत होत्या.

बेलफास्ट

कुठल्याही भारतातल्या किंवा परदेशातल्या वारीवर आम्ही जाणार असू तेव्हा हिच्या कृपेने त्याच्या आधीचे दोन-तीन महिने आमच्या घरात जबरदस्त होमवर्क चालू असते. मेडिकल कॉलेजमध्ये असताना परीक्षेच्या मोसमात ‹आम्ही आता एक्झाम गोइंग आहोत› असे म्हणायचो. तसेच ट्रिपच्या मोसमात आम्ही "टूर गोइंग" असतो असे म्हणा ना! ह्या टूर गोइंग काळात घरात, जिथे कुठे जाणार त्या प्रदेशाची माहिती वगैरे देणारी पुस्तके आणि उघडल्यावर भलतेच पसरले जाणारे नकाशे पूर्वी विकत घेतले जायचे. आजच्या सोशल मीडियाच्या जमान्यात यू ट्यूबवर म्हणा किंवा अजून इन्स्टा बिन्स्टावर म्हणा, अनेक छोटे मोठे व्हिडिओज संध्याकाळचे घरी बघितले जातात. ताजे उदाहरण दोन वर्षांपूर्वीचे आहे. आम्ही केनिया टांझानियाला सफारीसाठी जाणार होतो. त्या काळात घरातल्या टीव्हीवर नेटफ्लिक्स नाहीतर प्राईम व्हिडीओ वरील सिरीयल बघण्याऐवजी सतत हिप्पो, ऱ्हायनो, झेब्रा, जिराफ अशांचे दर्शन मला होत असे.

आयर्लंडला प्रदक्षिणा घालणाऱ्या ह्या क्रूझच्या निमित्ताने "बेलफास्ट" ह्या नावाचा चित्रपट बघितलाच पाहिजे अशी जबरदस्त हवा घरात सुटली होती. बेलफास्ट हा 1921 मध्ये प्रदर्शित झालेला "केनेथ ब्रानाघ" या सुप्रसिद्ध लेखकाने लिहिलेला आणि दिग्दर्शित केलेला एक अप्रतिम चित्रपट आहे, असे मला सांगण्यात आले. केनेथचे स्वतःचे बालपण बेलफास्ट येथे गेलेले असल्याने त्याने स्वतः अनुभवलेले 1969 मधले दंगलीचे वातावरण "बड़ी" या

लहान मुलाच्या व्यक्तिरेखेमधून या चित्रपटात दाखवलेले आहे. नॉर्दन आयलँड मधल्या त्या अस्वस्थ काळात, प्रोटेस्टन्स म्हणवण्याऱ्या लोकांचा लोंढा बडीच्या कॅथलिक शेजाऱ्यांवरती हल्ला करतो आणि त्या घटनेने बडी आणि त्याच्या आई-वडिलांच्या आयुष्यात प्रचंड उलथापालथ होऊन शेवटी सगळे जण बेलफास्ट सोडून इंग्लंडच्या आश्रयाला जातात, असे चित्रपटाचे कथानक आहे. मुंबई बोरिवलीतील आयसी कॉलनी जिथे सत्तर टक्के लोक ख्रिश्चन आहेत तिथे मी गेली तीस वर्ष राहत आहे. मला या प्रोटेस्टंट - कॅथलिक वादाचा गंध तर नाहीच वर मुळात प्रोटेस्टंट आणि कॅथलिक असे काहीतरी दोन निरनिराळे पंथ आहेत, हे सामान्यज्ञान ही जरा उशिराच प्राप्त झालेले! आणि अश्या ह्या मला, बेलफास्टमध्ये ह्या दोन पंथात दंगली होऊन माणसं परागंदा वगैरे होतात हेही आश्चर्यकारकच होते! लहानपणी आयरिश रिपब्लिकन आर्मीबद्दल वर्तमानपत्रात वाचलेल्या बातम्या मला अंधुकश्या आठवतात पण बेलफास्ट हा चित्रपट ज्या दिवशी मी पाहिला तेव्हा, हेच जे पडद्यावरती दिसतय ते खरोखरच कधीतरी घडलंय, ते शहर, ते रस्ते बघण्याची कधी नव्हे ती मला हुरहुर लागली.

तर अश्या ह्या नॉर्दन आयर्लंडची राजधानी असणाऱ्या, जो इंग्लंडचाच भाग असल्याने तिथले चलन हे पाउंड आहे, अशा बेलफास्टला जायला आमच्या जहाजाने त्याच्या किनारी आपला नांगर टाकला. धुतल्या तांदळासारखा चेहरा असणारा, अंगकाठी थोडीशी कृश असणारा "मार्टिन" त्या दिवशी आमचा ड्रायव्हर कम गाईड होता. तो स्वतः भली मोठी लक्झरी बस "डब्लिन" वरून इथे चालवत आला होता आणि ही दिवसभराची टूर संपून रात्री आपल्या बायकोच्या हातचे जेवायला परत डब्लिनला जाणार होता. तर आमची क्रूझ हेच बेलफास्ट ते डब्लिन हे दोन तासाचे अंतर, एक पूर्ण रात्र मुंगीच्या पावलाने समुद्रातून कापणार होती हे त्याने सांगून आमचे ज्ञानप्रबोधन केले. तर ह्या मार्टिनने गाडी सुरू केल्या केल्या त्याचा जाज्वल्य आयरिश स्वाभिमान आम्हाला पदोपदी दाखवायला सुरुवात केली. ब्रिटिशांनी गेली शेकडो वर्षे केलेली आयर्लंडची कुचंबणा तो आम्हा साऱ्या प्रवाशांना पोटतिडकीने सांगत होता. जातील तिथे फूट पाडून, साऱ्या जगावर एकेकाळी का होईना राज्य करणाऱ्या ब्रिटिशांनी

त्यांच्या जवळच्या स्कॉटलंड आणि आयर्लंडलाही सोडले नाही. 2010 साली स्कॉटलंड मधील नयनरम्य "इन्व्हरनेस" मध्ये फिरताना मार्टिन सारख्याच कोणा एका स्कॉटिश ड्राइवरने डॅशबोर्ड वरची ही ब्रिटिश मेंढी आणि ही स्कॉटिश मेंढी अश्या दोन छोट्या बाहुल्या दाखवून, त्यातल्या ब्रिटिश मेंढीवर थुंकून त्याचा ब्रिटिश द्वेष दाखवला होता. जालियनवाला बाग हत्याकांडाची आठवण करून देणारा, तो शांत निदर्शने करणाऱ्या आयरिश तरुणांना गोळ्या घालण्याचा प्रसंग मार्टिनच्या तोंडून ऐकताना आमच्या अंगावर शहरा आला. "ब्लडी संडे" म्हणून इतिहासात ओळखल्या जाणाऱ्या या घटनेनंतर हे प्रकरण जे चिघळले ते चिघळलेच. आता येणाऱ्या सार्वत्रिक निवडणुकात नॉर्दन आयर्लंड युकेपासून विलग होऊन उर्वरित आयर्लंडचा भाग बनू पाहत आहे, हे सर्व ऐकल्यावर या जगात काय काय चालू आहे आणि आपल्या मनाची झेप, बोरिवली, कांदिवली, ठाणा, मुलुंड, दिल्ली, नागपूर इत्यादी पलीकडे जायलाच कशी तयार नाही हे मला जाणवले.

मार्टिन सांगत असलेला हा आयरिश इतिहास कानाने ऐकत असताना डोळ्याने मी दोन्ही बाजूचा तो हिरवा निसर्ग बघत होतो. शंभरच्या स्पीडने आमच्या बसला लीलया घेऊन जाणारा गुळगुळीत बिन खड्ड्यांचा रस्ता अनुभवत होतो. कोणत्याही ट्रीप मध्ये एखादा दिवस परफेक्ट असतो तसा हा दिवस होता आणि बेलफास्ट पासून एक तासाच्या अंतरावरच्या "जायंट कॉजवे" ला आम्ही हा हा म्हणता पोहोचलो. अँट्रिमच्या किनाऱ्यावर वसलेले, बेलफास्ट पासून साठ मैलावर असलेले "जायंट कॉजवे" हे नॉर्दन आयलँड मधले, युनेस्को वर्ल्ड हेरिटेज साईट म्हणून सन्मानले गेलेले अतिशय लोकप्रिय ठिकाण आहे. सोप्या भाषेत सांगायचं तर मुंबईच्या माहीम कॉजवे सारखा हा जायंट कॉजवे आहे. जशी माहीम कॉजवे ने एकेकाळी मूळ मुंबई उरलेल्या उपनगरांना जोडली गेली होती तसेच एकेकाळी ह्याने आयर्लंडला स्कॉटलंडशी जोडले होते.

जायंट कॉजवे हा बेसॉल्ट जातीच्या एकमेकांना चिकटून असलेल्या चाळीस हजाराहून जास्त दगडांनी बनलेला आहे. ह्या जायंट कॉजवे बद्दलची माहिती

म्हणा आख्यायिका म्हणा मार्टिनने आम्हाला तिथे पोहोचेस्तोवर अफलातून पद्धतीने ऐकवली. आपल्याकडील पुराणे, रामायण, महाभारत सारखीच, आयरिश लोकांना "गेलिक मायथॉलॉजी" प्रिय आहे आणि खरीखुरीही वाटते. या गेलिक मायथॉलॉजीतील एक जायंट ज्याचे नाव "फिन मॅकूल" होते, त्याने म्हणे हजारो वर्षांपूर्वी हा चाळीस हजार दगडांचा कॉजवे बांधला आहे. त्याचे बाजूच्या स्कॉटलंड मधल्या दुसऱ्या जायंटशी मोठे युद्ध होणार असते. तो जेव्हा फिनच्या दृष्टीस पडतो तेव्हा त्याच्या लक्षात येते की हा स्कॉटिश जायंट तर आपल्याहून खूप मोठा आहे. हे समजल्यावर फिन युक्ती करतो आणि भासवतो की मी खरा जायंट नाहीच तर जायंटचा मुलगा आहे. समोरचा स्कॉटिश जायंट बुद्धीने थोडा मंद असल्याने त्याला असे वाटते की, जर मुलगा एवढा अवाढव्य तर खरा जायंट किती मोठा असेल! ह्या विचाराने घाबरून स्कॉटिश जायंट कॉजवेला उध्वस्त करून स्कॉटलंडला पळून जातो, जेणेकरून फिन त्याला पकडू शकणार नाही. यामुळेच हा जायंट कॉजवे सलग नसून त्याच्या मध्ये समुद्र आहे आणि समोरच्या किनाऱ्यावरही तसेच दगड आहेत. ही पूर्ण गोष्ट आम्ही तल्लीन होऊन ऐकत होतो आणि कधी एकदा या कॉजवेचे दर्शन होते असे मला झाले होते.

प्रत्यक्ष कॉजवेची जागा ही हेरिटेज साईट असल्याने तिथे डिझेल पेट्रोलवर चालणाऱ्या गाड्या जाऊ शकत नाहीत. त्यामुळे आम्हीही शेकडोंच्या संख्येने वेगवेगळ्या बसेस मधून आलेल्या इतर टुरिस्ट बरोबर चालायला सुरुवात केली. तिथे चालत जाण्यासाठी एक सरळ आरपार म्युझियम मधून जाणारा रस्ता होता तर दुसरा जरा म्युझियमला वळसा घालून जाणार होता. म्युझियममध्ये नुसते शिरून क्रॉस करायला "पंधरा पाउंड" लागणार होते यामुळे "तीस पाउंड" वाचवणारा वळसा घेऊन आम्ही समोरची टेकडी ओलांडायला सुरुवात केली. अँट्रिमच्या किनाऱ्यावर त्या दिवशी वारा एवढा जबरदस्त होता की माझी "जेम्सन" नाव असलेली हिरवी टोपी माझ्या डोक्यावर टिकत नव्हती. एक दोनदा तर ती पाठच्या टुरिस्टच्या घोळक्यामध्येही जाऊन पडली. दोन टेकड्यांमधून जाणाऱ्या नागमोडी रस्त्यावरून आम्ही चालत होतो. उजव्या बाजूच्या टेकडीला वळसा घालताना डाव्या बाजूला समुद्राला लागून असणारे गोट्यांसारखे काळे

गोल दगड आम्हाला दिसत होते. मार्टिनने सांगितलेल्या दगडांचा मात्र कुठेच पत्ता नव्हता. मी हे दगड कधी दिसतात ह्या चिंतेत तर पॅकी ह्या वाटेवर काही नाही तर, कुठलातरी कावळ्या सारख्या दिसणाऱ्या पक्ष्याचा, नाही तर अतिशय बारीक आकाराच्या फुलांचा, कॅमेरा जवळ नेऊन फोटो काढत काढत पुढे चालली होती. मी असाच पुढे पुढे चालत गेलो मात्र आणि जसजसे जवळ पोहोचलो तसतसे तांबूस रंगाचे, जणू तासून एकमेकांच्या शेजारी शेजारी रचून ठेवलेले षटकोनी आणि चौकोनी आकाराचे दगड आम्हाला दिसू लागले. एका ठिकाणी तर त्याची अक्षरशः सरळसोट भिंत झाली होती. त्या भिंतीवर या दगडांनीच बनलेल्या जणू पायऱ्या होत्या आणि त्यावर अगदी वरपर्यंत चढून पलीकडील समुद्राचे फोटो अनेक जण काढत होते. ही दगडांनी बनलेली भिंत, जिला एके ठिकाणी भगदाड होते तिथून आम्ही आत गेलो तर लक्षात आले की भिंत नुसती उंच नसून चांगलीच रुंद ही आहे. त्या दगडांची एकमेकांत केलेली गुंफण बघून माझा मार्टिनच्या सांगण्यावर विश्वास बसला.

युनेस्कोचे बोर्ड काहीही सांगोत आणि आर्किओलॉजिस्ट भले सिद्ध करोत की हा "जायंट कॉजवे" हजारो वर्षांपूर्वीच्या ज्वालामुखी मधील लाव्हामुळे बनलेला आहे, माझ्या मनाला मात्र तिथे हजारो वर्षांपूर्वी हे बांधकाम करणाऱ्या माणसांचे म्हणा, फिनचे म्हणा, अदृश्य हातच सर्वत्र दिसत होते. ह्या पूर्ण कॉजवेची रचना प्रत्यक्ष डोळ्याने बघितल्यावर, समोरचा समुद्र आणि त्याच्या पलीकडील अशाच प्रकारच्या दगडांची रचना बघताना, मला दोन जायंट मधले त्यांच्या युद्धात झालेले ते एकमेकांबरोबरचे संवादही मार्टिन सारखेच ऐकू आले. तिथून निघता निघता त्या दगडावरती बसून फोटो काढताना मी त्यांच्यावरून हात फिरवला, त्यांना गोंजारले, फिन मॅकूलला हे सांगायला की हजारो वर्षांपूर्वी झालेले ते युद्ध मी आज बघितले. खालती उतरतानाच प्रवास मी हजारो वर्षांपूर्वी घडलेल्या त्या अद्‌त युद्धाचे विचार बाजूला सारत सारतच केला.

कॉजवे वरून परतीच्या प्रवासात आमचा जेवणाचा स्टॉप होता एक आयरिश पब! आता या आयरिश पब नामक संस्कृतीबद्दल मी मुंबईत बसून हिच्याकडून खूप ऐकले होते. आयरिश पब म्हणजे काही दारूचा गुत्ता नव्हे हे तिने एखाद्या लहान मुलाला समजावतात त्या पद्धतीने मला सांगितले. इथे म्हणे वेगवेगळ्या प्रकारच्या बियर, एल, साईडर्स, वाईन वगैरेचा आस्वाद घेण्यासाठी आयरिश कुटुंबे आपल्या मुलाबाळांसकट येतात. हे पब्स त्यांच्या संस्कृतीचा अविभाज्य भाग असून तुम्ही आयरिश नसलात तरी इथे बसून त्यांच्याबरोबर तुम्ही गप्पागोष्टी करू शकता, त्यांचे पारंपरिक आयरिश संगीत ऐकू शकता, अशी बरीच माहिती मला नव्याने होमवर्क मध्ये कळली होती. त्यादिवशी पबमध्ये जेव्हा आम्ही शिरलो तेव्हा नुकतीच पावसाला सुरुवात झाली होती. मुंबईहून हजारो मैलांवरून वाहून आणलेल्या पॉन्चो (म्हणजे अतिशय तलम असा प्लास्टिकचा रेनकोट जो डोक्यावरून अंगात घालायचा असतो) आणि छत्रीचा उपयोग त्या दिवशी सर्वप्रथम झाला.

या पबमध्ये काय काय खाणार याची पूर्वसूचना मार्टिनने, त्यांचे मेनू कार्ड पूर्ण बसभर फिरवून नी आम्हा सर्वांना विचारून अगोदरच पबवाल्यांना दिलेली

होती. (हे तो करत असताना ह्याला पबवाले किती कमिशन देत असतील असा विचार माझ्या मनाला शिवला होता) तर कमीतकमी त्या दिवशी तरी तो पब आमच्या सहप्रवाशांनीच त्या दुपारी भरून गेल्याने आयरिश लोकांशी गप्पा मारून त्यांची संस्कृतीबिंस्कृती समजून घेण्याचा योग काही आला नाही. आता आयरिश पबमध्ये येऊन "गिनीज" ही काळीभोर बियर न पिणे म्हणजे गिरगावातल्या "प्रकाश दुग्ध मंदिरा" तून "पियुष" न पिता बाहेर पडण्यासारखे होते. मग "गिनीज" पिताना मिशीवर आलेला फेस पुसता पुसता मी "कॉर्न चाऊडर" हे सूप वजा सॅलेड प्रकरण खाल्ले आणि जसा प्रकाश दुग्ध मंदिरात "साबुदाणा वडा" खाणे अनिवार्य तसे पबमध्ये "पुडिंग" खाल्याशिवाय आमचे जेवण संपणार नव्हते. पुडिंग पुडिंग हे ऐकले होते अनेक वेळा पण खाल्ले सर्वप्रथम त्या पबमध्ये आणि तुम्हाला सांगतो की ते अप्रतिम लागले कारण एकतर पुडिंग हे चवीला गोड असते हेच मुळात मला माहित नव्हते. आणि ते "स्टिकी टॉफी पुडिंग" खाऊन मला त्या दिवशी समजले.

परतीच्या प्रवासात मार्टिनने आम्हाला दस्तुरखुद्द बेलफास्टची सैर घडवली. डाव्या बाजूला दिसणाऱ्या महत्त्वाच्या बिल्डिंगबद्दल तो सांगत असताना बेलफास्टच्या "डॉनेगल स्ट्रीट" वरून त्याने आम्हाला तिथल्या प्रसिद्ध "सिटी हॉल" समोर आणून सोडले. समोरच्या सिटी सेंटरमध्ये पावसात भिजू नये म्हणून छत्र्या सांभाळत आम्ही धावतच शिरलो. आता एकदा जायंटने बांधलेला कॉजवे प्रत्यक्ष बघितल्यावर सिटी सेंटर क्या चीज आहे? असेच मला वाटत होते. आतमध्ये मात्र मला आश्चर्याचा धक्का बसला. एखाद्या सरकारी मालकीच्या फुकट प्रवेश असलेल्या बाहेरून जुन्या दिसणाऱ्या ह्या वास्तूकडून माझ्या फारच माफक अपेक्षा होत्या पण इथे तर एखाद्या पंचतारांकित हॉटेलचा थाटमाट आणि सुविधा होत्या. आपल्याकडील सरकारी इमारतीत असणारी टॉयलेट जर "मुतारी" म्हणण्याच्या लायकीची असेल तर इथली ही जागा चक्क "स्वयंचलित दरवाजांनी" बनलेली होती. म्हणजे या टॉयलेट समोर तुम्ही नुसते उभे राहिलात तर त्याचा दरवाजा उघडत आणि बंद होत होता. आपल्याकडल्या मॉलमध्ये किंवा मल्टिप्लेक्स मधील टॉयलेटचा दरवाजा उघडताना मी नेहमी

दरवाज्याच्या अशा भागाला हात लावून उघडतो की जिथे सहसा कोणी हात लावला नसेल (एक आपली उगाचची विचित्र सवय, काय काय त्या सवयी पण बघा ना!) त्यामुळे बेलफास्ट मधल्या या टॉयलेट वर मी सर्वात खुश झालो आणि चक्क ती आपोआप उघडणाऱ्या दरवाज्याची गम्मत अनुभवायला दोनदा तिथे शिरून आलो.

आपल्याकडील सरकारी इमारतीतील खाण्याची जागा "कॅन्टीन" म्हणण्याच्या लायकीची असते पण इथली खाण्याची जागा "स्टारबक्स" ला लाजवणारी होती. तिथे आत शिरतानासुद्धा दरवाजे आपोआप उघडले जात होते, मलाच अंगावर घातलेल्या जुन्या पावसाळी ऑल सीजन जॅकेटमुळे जुनाट असल्यासारखे वाटत होते. बाहेर रिमझिमणारा मस्त पाऊस अनुभवत आम्ही तिथे "इंग्लिश टी" मागवला ज्यात आठवणीने "गरम दूध" देण्याची फर्माईश आम्ही केली होती. त्या सुंदर नाजूक कपबशांचे तिच्या तोंडूनचे कौतुक ऐकताऐकता मी बाहेरचे "बेलफास्ट" निरखत होतो. आपणाकडे वेळच वेळ आहे आणि बाहेरचे जग आपलं लगबगीने धावतंय, हेच तर निवांत अनुभवायला लोक ट्रिपला जातात नाही का? अगदी तसाच सैलावलेला क्षण तो होता.

मार्टिनने सांगितल्याप्रमाणे एक तासाच्या आत बसशी पोहोचणे आवश्यक होते म्हणून कसाबसा आम्ही तिथून पाय काढला. सिटी सेंटरमध्ये आत शिरताना तीस चाळीस जणींचा कोणत्या तरी एनजीओचा टी-शर्ट घालून असलेला बायकांचा घोळका मला दिसला होता. बाहेर पडलो तर सिटी सेंटरच्या बाहेरच्या मैदानासमोरील अवाढव्य स्टेजवर ह्या साऱ्या जणींचा समूह गायनाचा कार्यक्रम सुरू झाला होता. भर पावसात त्यांचे ते गाणे ऐकण्यास मला वाटते त्यांच्याच नातेवाईकांनी तुरळक गर्दी केली होती. त्यांचे गाणे ऐकता ऐकताच आमची बस सुरू झाली आणि आम्ही परतीचा प्रवास सुरू केला.

मार्टिन हा सच्चा देशभक्त असल्याने त्याने आम्हा सर्वांना तिथल्या प्रोटेस्टंट इलाख्यातून बस मधूनच सैर करवली. मोठमोठी चित्रे (ग्राफिटी) रंगवलेल्या भिंतींची घरे आम्हाला इथे दिसू लागली. बोरिवलीत बसून बघितलेल्या बेलफास्ट

सिनेमातल्या खऱ्याखुऱ्या गल्ल्यांतून आम्ही आता फिरत होतो. सिनेमात दाखवलेली, कॅथॉलिक आणि प्रोटेस्टंट घरांना विभागणारी भिंतही मार्टिनने आम्हाला दुरूनच दाखवली. गाडीचे स्टिअरिंग चालवता चालवता, रात्री सातनंतर या रस्त्यावर चालणे अजूनही कसे धोकादायक आहे, हे तो आम्हाला परत परत सांगत होता. एखाद्या शहराला एका दिवसात मी आत्तापर्यंत कधीच इतके पूर्णपणे अनुभवले नव्हते.

डब्लिन

क्रूझच्या पूर्ण ट्रिप मध्ये लागणाऱ्या बंदरांचे दोन प्रकार होते. जिथे हे अवाढव्य जहाज बंदराच्या अगदी जवळ जाऊ शकेल इतपत खोल समुद्र आहे असे बंदर जसे की, बेलफास्टला उतरलो तसे आणि अशी बंदरे जिथे समुद्र तेवढा खोल नसल्याने जहाजाला लांबवर थांबवून नंतर छोट्या स्वयंचलित बोटीने (ज्याला का कुणास ठाऊक, टेंडर म्हणतात) ते बंदर गाठणे. डिंगल आणि फोईन्स या बंदरांपर्यंत अँग्नेसमुळे आम्ही पोहोचू शकलो नव्हतो पण डब्लिनला पोहोचेस्तोवर सारे काही शांत झाले असल्याने टेंडर घेणे शक्य होते. डब्लिनच्या टेंडरचे तिकीट सर्वात पहिले आपल्याला मिळून बंदरावर पहिला पाय ठेवण्याचा मान आपल्याला मिळावा म्हणून हिची आदल्या दिवसापासून जणू काही परीक्षेचे हॉल तिकीट मिळवायचे आहे अशा गंभीरतेने धावपळ चालू होती. तिने आदल्या रात्री साडेपाचचा गजर बिजर लावला होता. मला अंथरुणात लोळायची परवानगी देऊन तिने टेंडरच्या तिकीटाची लाईन गाठली आणि पहिल्या लॉट मधले तिकीट मिळवले.

पहिल्या लॉटमध्ये तिकीट मिळाल्याने खुश होऊन आम्ही टेंडरची वाट बघत सात वाजता ठरल्या ठिकाणी उभे राहिलो. डब्लिन हा क्रूझचा शेवटचा स्टॉप असल्याने जहाजामधील शेकडो जणांची टेंडरचे तिकिट मिळवण्यासाठी या काउंटरवरून त्या काऊंटरवर ही धावपळ चालू होती. विमानातल्या बिजनेस क्लास मधल्या लोकांना कसे सारे काही सर्वप्रथम मिळते तसेच जहाजामध्ये

सगळ्यात वरच्या मजल्यावर राहणाऱ्या केबिन मधल्याना, टेंडरमध्ये शिरण्याचा ही अर्थात पहिला मान मिळाला आणि त्यांच्या पाठोपाठ आम्ही दोघं टेंडरमध्ये शिरलो. ह्या टेंडर प्रकरणाची मला त्याच्याबद्दल ऐकल्यापासून का कोण जाणे भीती वाटत होती. टेंडर नामक ही बोट छोटी म्हणजे नक्की किती छोटुकली असेल? त्यामध्ये शिरताना पायाखाली खोल समुद्र असणार तर चुकून पाय घसरून खाली पडून मला जलसमाधी मिळाली तर काय? त्या छोट्या बोटीत शिरल्यावर अवाढव्य लाटांनी बोट लागू शकते का? तर मग एक अवोमिनची गोळी घ्यावी का? पण मग अवोमिनने पूर्ण दिवस झोप लागली तर काय? बंदराला पोहोचायच्या आधीच ही बोट, अति माणसे भरल्याने समुद्रात उलटली तर काय? असे नको नको ते प्रश्न मनात येत होते. प्रत्यक्ष टेंडर मध्ये शिरण्याचा अनुभव फारच वेगळा होता. अगदी मजबूत अशा लोखंडी शिडीवरून आम्ही सहज टेंडरमध्ये शिरलो. ती शिडी इतकी रुंद होती की वाकून बघितल्याशिवाय खालचा समुद्रही दिसत नव्हता आणि स्वतःहून चुकून मागून समुद्रात जीव देण्याचा प्रयत्न करणार असू म्हणून की काय, आम्हाला थांबवायला पुढे, पाठी, उजवीकडे, डावीकडे असे चार गार्ड्स होते. एवढ्या बंदोबस्तात टेंडरमध्ये शिरल्यानंतर लक्षात आले की शंभर लोक आरामात बसू शकतील एवढी ही टेंडर मोठी आहे.

पहिल्या लॉट मधल्या प्रवाशांनी टेंडर भरल्यावर आमचा अर्ध्या तासाचा बंदरावर पोहोचण्याचा प्रवास सुरू झाला. जहाजात गेले आठ दिवस आम्ही एकत्र राहत होतो पण एवढे जवळ जवळ, एवढे लागून, समोरासमोर सहप्रवाशांबरोबर बसण्याचा हा पहिलाच प्रसंग होता. दिल्लीला जाणाऱ्या टू टीयर एसी बोगीमध्ये आपल्यासमोर काय स्वभावाचा प्रवासी बसला असेल त्यावर तो प्रवास सुखकर होईल की नाही हे ठरते. या अर्ध्या तासाच्या प्रवासाचे सुद्धा असेच होते. आमच्यासमोर दोन गोरे फॉरेनर्स बसले होते, हे म्हणणे इथे शुद्ध बावळटपणाचे ठरेल कारण ह्या अमेरिकन आणि इंग्लिश माणसांनी भरलेल्या पूर्ण बोटीत आम्हीच तर फॉरेनर होतो. तर अशा तऱ्हेने आम्हा फॉरेनरसमोर एक वयस्कर अमेरिकन जोडपे बसले होते. हिने त्यांना आपले

स्मितहास्य दिल्या दिल्या समोरचा माणूस आमच्याशी बोलू लागला, हळूहळू, काय क्रूझ कशी आवडली, काय काय एन्जॉय केलेत वगैरे बोलून झाल्यावर तो अचानक आम्हाला बोलला की "यु लुक लाईक गँडी!" मला प्रथम कळेनाच की हा काय बोलतो आहे. हिला मात्र तो काय बोलतोय ते लगेच कळले आणि ती जोरात हसायला लागली. त्या हसण्यामध्ये समोरचा मला "गांधी" ऐवजी "गँडी" बोलला या वरवरच्या हसण्याबरोबर "आता तू चक्क गांधीजींसारखा दिसायला लागलायस तेव्हा उगाच इकडे तिकडे नको तिथे नजर टाकू नकोस" असे कुत्सित हास्यही होते. मला गांधी म्हणणाऱ्या समोरच्या सद्‌हस्थास मग मी ही गोंधळून जाऊन बावळटागत आम्ही फक्त सारे भाऊच नाही तर भारतातील बरीच माणसे गांधींसारखी दिसतात असं काहींच्या काही बोलून बसलो.

त्यानंतर आम्ही दोघे डॉक्टर आहोत आणि तो पर्यावरण सायंटिस्ट असून ती बायोकेमिस्ट आहे हे परस्परांना कळल्यावर आमच्या गप्पा अजून रंगल्या. समोरचा पर्यावरण सायंटिस्ट असल्याने गप्पांची गाडी थोड्या वेळाने, "जहाजावर अहोरात्र कसा दिव्यांचा झगमगाट आहे आणि ही सारी क्रूझच कशी पर्यावरणीय स्थिरतेविरुद्ध आहे" हे पॅकी, समोरच्या मला गांधी म्हणणाऱ्या सायंटिस्टला तावातावाने समजावून (!) सांगू लागली आणि तोही चक्क तिचे निमूट ऐकत राहिला. सर्वात शेवटी अमेरिका कशी स्वतः प्रचंड प्रमाणात ऊर्जेचा वापर करत आहे आणि भारतासारख्या विकसनशील देशाला विजेचा वापर कमी करा वगैरे फुकटचे सल्ले देत आहे हे तिचे प्रवचन समोरच्या सायंटिस्टने चक्क सहकुटुंब आणि सत्तर एक अमेरिकन सहपरिवारांबरोबर, टेंडर बंदराला पोचेस्तोवर निमूट ऐकले.

बंदराला लागूनच एक विस्तीर्ण मैदान होते जिथे अनेक बसेस उभ्या होत्या. त्यातली आमची बस शोधण्यात पुढची पंधरा मिनिटे गेली. शेवटी एकदाची बस सापडल्यावर त्याच्या पहिल्या सीटवर नेहमीप्रमाणे बसून आम्ही हुश्श केले. पाच मिनिटे झाली, दहा मिनिटे झाली तरी बसमध्ये अजून कोणी शिरेना म्हटल्यावर आम्ही खालती उतरलो आणि चुकीच्या बस मध्ये तर शिरलो नाही ना हे "एरीक"

नावाच्या आमच्या ड्रायव्हरकडून तपासून घेतले. बस तर बरोबर होती आणि एरिकही आमच्या प्रमाणेच हैराण होऊन उरलेल्या प्रवाशांची वाट बघत होता. आम्ही अति चपळतेने सगळ्यात पहिल्या टेंडरचे तिकीट मिळवून इथे सर्वात पहिले पोहोचलो होतो आणि आता शेवटचे तिकीट घेऊन शेवटच्या टेंडरने बंदरावर पोहोचणाऱ्या सहप्रवाशांची वाट बघत बसलो होतो. त्यानंतर अजून तब्बल अर्ध्या तासाने आमची बस एकदाची भरली आणि आम्ही "ग्लेनडालो" (ग्लेन म्हणजे दरी, डा म्हणजे दोन आणि लो म्हणजे तलाव) म्हणजे दोन तलावांमधल्या दरीत जायला निघालो.

ग्लेनडालोला पोहोचलो आणि पहिली नजर सर्वत्र टाकली तर जणू परिकथेतले असावे असे तिथे हिरवे बगीचे त्यातून वाहणारे छोटे छोटे ओढे, त्यावरून चालायला छोटे छोटे लाकडी पूल, भोवताली सर्वत्र हिरवेगार डोंगर, असे निसर्गरम्य दृश्य दिसले. इंग्लंड आणि आयर्लंड मध्ये खरे तर सर्वत्रच सतत ऊन पावसाचा खेळ कायम चालत असल्याने इथला निसर्ग बारा महिने अहोरात्र काम करणारा जणू ह्यांचा माळीच आहे आणि जमिनीची इंच न इंच व्यापणारी हिरवळ आणि सर्वत्र फुलणारी रंगीबेरंगी फुले तो आपल्याला लीलया दाखवत असतो. इथले प्रचंड आकाराचे दोन्ही तलाव दोन वेगवेगळ्या लेव्हल वरती आहेत. तिथल्या बागेतल्या छोट्या कॉफी शॉप मध्ये सँडविच आणि कॉफी घेऊन आम्ही त्या परिसराचा फेरफटका मारायला सुरुवात केली. ग्लेनडालोचा परिसर इथल्या स्थानिक लोकांचा "पिकनिक स्पॉट" असल्याने आमच्या पुढे आणि पाठी नॅशनल पार्क किंवा राणीच्या बागेत असते अगदी तेव्हढी नाही पण बऱ्यापैकी गर्दी होती. शाळा कॉलेजमधल्या खिदळणाऱ्या मुलांपासून, काठ्या घेत फिरणाऱ्या वयस्कर लोकांपर्यंत सर्व जणांना तिथे बघून आम्हालाही आज रविवार असल्याचा साक्षात्कार झाला. तलावाच्या काठावर आम्ही मग घटकाभर थांबलो. तिथे एक सुंदर आई आपल्या सुंदर मुलाला बदकाजवळ नेऊ पाहताना आणि खाऊ घालताना मी पाहिले. मी ते दृश्य पाहत असताना ही आपल्या प्रिय बहिणीशी व्हिडिओ कॉल वरून सर्वकाही स्वतः भोवती गोल गोल फिरून दाखवत होती. माझ्यावरती जसा तिचा कॅमेरा फिरला तसे तत्परतेने मी

तिला लांब बोट करून तिथली "सेंट केविन" नावाच्या ख्रिश्चन संताने सहाव्या शतकात बांधलेली मोनॅस्ट्री तिला दाखवली. आता जरी त्याचे नुसते अवशेष राहिले असले तरी बरेच जण तिथल्या परिसरात फिरून फोटो वगैरे काढताना आम्ही पाहिले. ग्लेनडालोवर नजर डाल ने के बाद आम्ही डब्लिनकडे जाण्यास निघालो. आमची बस एका विस्तृत पठारावर आल्यावर चारी बाजूला पसरलेल्या डोंगरांबद्दल, तिथे असणाऱ्या हायड्रोइलेक्ट्रिक प्रोजेक्ट बद्दल एरिकने आम्हाला (अनावश्यक) माहिती दिली. ही जागा त्यांचा फोटो काढण्याचा नेहमीचा पॉईंट असल्याने त्याच्या सांगण्यावरून आम्ही, आता खरे तर कधी एकदा डब्लिन येते आणि आम्ही जेवतो असे वाटत असूनही निमुटपणे उतरून फोटो बिटो काढले.

"डब्लिन" ही "रिपब्लिक ऑफ आयर्लंड" ची राजधानी आहे. इथल्या "ओ कोनेल" रस्त्यावर आम्हा साऱ्या प्रवाशी मेंढरांना उतरवून एरीकने पाच वाजेपर्यंत परत येण्यास सांगितले आणि स्वतः समोरच्या ऑफिसमध्ये जेवण्यास आणि बहुदा नंतर ताणून देण्यास शिरला. हा रस्ता दुपारी दोन वाजताही चांगलाच गजबजलेला होता आणि पदोपदी तिथे भारतीय विद्यार्थी आणि कुटुंबे सराईतपणे वावरताना बघून आम्हाला आश्चर्याचा सुखद धक्का बसला. रस्त्यावर फिरताना रेस्टॉरंटच्या पाट्यांकडे आतल्या फर्निचरकडे नजर टाकत टाकत मी अंदाज घेत होतो की कुठे फार युरो खर्च न करता दुपारचे जेवण मिळेल. मग रस्त्याच्या एका कॉर्नरला "ग्रँड सेंट्रल" हे रेस्टॉरंट दिसले. शिरावे की न शिरावे असा विचार करतच आम्ही आत शिरलो. तो जुन्या काळातली टेबले खुर्च्या असलेला एक पब होता पण बऱ्याच मंडळींच्या टेबलावर जेवणाचे पदार्थही आम्हाला दिसले. ग्रँड सेंट्रलमध्ये आत शिरण्यापूर्वी उजव्या बाजूला फुटपाथवर ही टेबले खुर्च्या टाकलेल्या आम्हाला दिसल्या होत्या. बाहेरच डब्लिन बघत बघत जेवावे असा विचार करून आम्ही आधी त्या खुर्च्यावरती बसलोही पण पाच मिनिटात डब्लिन मधला एक भिकारी आम्हाला भेट देऊन गेला म्हंटल्यावर आम्ही निमुटपणे ग्रँड सेंट्रल मधल्या सर्वात आतल्या टेबलाकडे धाव घेतली.

काळ्या रंगाची स्मार्ट ट्राउझर आणि टॉप घातलेल्या दोघीजणी प्रत्येक टेबलावरची ऑर्डर घेऊन लगेच आपल्या एका हातावरती दोन-तीन डिशेस लीलया सांभाळीत पटापट कामे करत होत्या. बर्गर आणि फ्रायची ऑर्डर देऊन आम्ही आमच्या आजूबाजूला नजर टाकली. ग्रँड सेंट्रलची रचना खरोखरच जुन्या काळाची असून आम्हाला जणू आपण १९६० मधल्या डब्लिन मध्ये असावोत असे वाटले. समोरच्या टेबलावरती एक आमच्याच वयाचे जोडपे बसले होते. मग नेहमीप्रमाणे फ्राईज आणि बर्गरची वाट बघता बघता एवढे एकमेकांशी गंभीर चेहऱ्याने हे दोघे काय बरं बोलतायत? आपल्यासारखे ते टुरिस्ट तर दिसत नाहीत मग हे नवरा बायको नसून असेच आपले लिव्ह इन पार्टनर्स असावेत किंवा चक्क हे दोघं एकमेकांना चोरून इथे भेटतायेत असे वेगवेगळे अंदाज आम्ही दोघं केवळ टाईमपाससाठी मराठी मध्ये बांधत होतो. ते अंदाज बांधता बांधता आमच्या भरलेल्या डिशेस घेऊन वेट्रेस आली. आमचे खाणे संपता संपता बाजूच्या टेबलवर हिच्याच वयाच्या तीन बायका भरपूर आवाज करत बसल्या. दोन मिनिटांनी आत आलेल्या वीस एक वर्षाच्या मुलीच्या हातातल्या अंगठीकडे बघून साऱ्यांनी चित्कारून एकच गोंगाट केला. बाजूला असलेली शॉपिंग बॅगची गर्दी बघून यांची लग्न खरेदी वगैरे चालू आहे हे आम्ही ओळखले. आम्ही दोघेच असल्याने आमच्या समोरची रिकामी खुर्ची ही त्या मुलीबरोबर आलेल्या पाठराखणीने आमची परवानगी घेऊन खेचून घेतली. मग आम्हीही लगेचच बिल भरून तिथून बाहेर पडलो आणि ओ कोनेल स्ट्रीट वर आलो.

"ओ कोनेल" हा आयरिश इतिहासातील अतिशय तडफदार स्वातंत्र्य सेनानी ज्याने आयुष्यभर आयरिश कॅथॉलिकांना अधिकार मिळवून देण्यासाठी लढा दिला. सरळ पुढे गेलो तर समोरील चौकात "ओ कोनेल" स्मारक दिसले. फोर्ट मधल्या फाउंटन सारखे ते दिसत असून तिथल्या पायऱ्यावर अनेक तरुण मुलं-मुली बसले होते. येणारे जाणारे टुरिस्ट स्मारकाचे फोटो काढत होते. एकोणिसाव्या शतकात बांधलेल्या या उंच स्मारकाला सर्वात खालती पायऱ्या पायऱ्यांचा एक चौथरा आहे आणि त्याच्या वरच्या थरावर आयरिश पौराणिक कथेतील यक्ष आणि यक्षिणींचे पंख असलेल्या दगडी पुतळ्यांची रांग आहे. त्या

ही वरती जणू गोविंदाचा थर असावा तसे अजून वेगवेगळ्या पुतळ्यांची रांग असून सर्वात वरती "ओ कोनेल" चा उभा पुतळा आहे. या सगळ्या दगडी पुतळ्यांच्या गर्दीत एरीकने गॅरेंटीने सांगितल्याप्रमाणे एक जिवंत सीगल पक्षी ओ कोनेलच्या डोक्यावर बसलेलाही आम्ही बघितला. त्या सीगलला बघून आठ थरांच्या गोविंदावर शेवटी एका छोट्या पोराला पटापट चढवून त्याच्याकडून हंडी फोडली जाते त्या पोराची आठवण मला झाली. पुढे ओ कोनेल ब्रिजवरती आम्ही आलो तर तिथून दोन्ही बाजूला बघितल्यावर लिफी नदीवरचे दुतर्फा असलेले अजून काही पूल आम्हाला दिसले. हे लिफी नदीवरचे काय नाहीतर लंडनच्या थेम्स आणि पॅरिसच्या सेन नदीवर असणारे पूल बघताना मी नेहेमी मुंबईच्या मिठी नदीवर असे पूल बांधले गेल्याची दिवास्वप्ने पाहत असतो. इतक्यात रस्त्यावरून चालणारी डक टूरची बसही दिसली जी नंतर थेट लिफी नदीत पोहत जाणार होती. या परिसरातच डब्लिन मधल्या झाडून सगळया जुन्या बिल्डिंग आम्हाला दिसल्या, जसे की त्यांचे पोस्ट ऑफिस आणि म्युझियमची वास्तू. हे सगळे बघून परत परत मला मुंबईच्या फोर्ट मधली महापालिकेची बिल्डिंग नाहीतर एल्फिन्स्टन कॉलेजची बिल्डिंग यांची आठवण येत होती.

हा फेरफटका झाल्यावरती फ्री टॉयलेटच्या शोधात आम्ही तिथल्या "ईजन बुक स्टोअर्स" मध्ये शिरलो. हिने लंडनमध्ये राहणाऱ्या भाच्याच्या दोन वर्षाच्या मुलांसाठी तिथे थोडी खरेदी केली आणि मी जीवनावश्यक फ्री टॉयलेटच्या शोधात स्टोअरचे सगळे कोपरे शोधू लागलो. टॉयलेट कुठे मिळेना म्हटल्यावर तिथून बाहेर पडताना, आता कुठे बरे जाऊया? असे आमचे मराठीतले बोलणे ऐकून कॅश कॉउंटरवरची मुलगी धावतच बाहेर आली आणि तुम्ही मराठी आहात

का? असे तिने विचारले. खूप दिवसांनी कानावरती मराठी ऐकण्याचा आनंद तिच्या चेहऱ्यावरून ओसंडत होता. आम्हीही इथे खूप दिवसांनी कोणाशी तरी मराठी बोलता येतंय म्हणून जाम खुश झालो. मुळची कोल्हापूरची ही "सायली" इथे "एमटेक" करायला आली होती आणि आता रिझल्टची वाट बघत असताना हा कॅश काऊंटर वरचा पार्ट टाइम जॉब करत होती. तिच्याकडून खूप भारतीय विद्यार्थी आणि आय टी कंपनीत काम करणारी आपली माणसे इथे राहतात हे कळले. आता जॉब शोधून मी इथेच राहायचं ठरवलंय असे तिने सांगितल्यावर आम्ही तिला "खूप खूप बेस्ट ऑफ लक" दिलं आणि तिने सांगितल्यानुसार तिथे मागेच असलेले टॉयलेट वापरून बाहेर पडलो.

डब्लिन हे राजधानीचे गजबजलेले शहर असल्यामुळे असेल कदाचित, आपल्याकडे सिग्नलला दिसतात तसे खूप भिकारी आम्हाला इथे दिसले. फुटपाथ वर जागोजागी मांडलेल्या रेस्टॉरंटच्या टेबल खुर्च्यांमधून आणि भिकाऱ्यांपासून सावध राहून, जेवढे थोड्या वेळात पाहता येईल तेवढे डब्लिन आम्ही पाहून घेतले. हे बघणे म्हणजे एखाद्या ट्रॅव्हल कंपनीतर्फे दहा दिवसात युरोपमधील वीस शहरे दाखवण्याची गॅरंटी देणाऱ्या "स्टार्स ऑफ युरोप ट्रीप" सारखेच होते. पण एक खरं की "डब्लिन" आम्हाला आवडले आणि कधीतरी एअरपोर्टवरून डब्लिन मध्ये शिरून ते परत एकदा जास्त सवडीने बघू, असे स्वतःला आश्वासन देत आम्ही आमचा क्रूझ कडे नेणारा परतीचा प्रवास सुरू केला.

क्रुझची सांगता

अख्खी क्रूझ ट्रिप जर शॅम्पेनची बॉटल असेल तर त्याचे कॉर्क उघडून, अँग्नेसचे सारे फेसाळणारे बुडबुडे आनंदाने स्वीकारून, बेलफास्ट आणि डब्लिनच्या ग्लासात त्याला प्राशन करून आता तृप्त झालेले आम्ही जणू आयरिश जायंट आहोत अशा रुबाबात शेवटच्या दिवशी क्रूझ भर फिरत होतो. दिवसाची सुरवात आम्ही केली "गार्डन कॅफे" मध्ये ब्रेकफास्टला जाऊन. गार्डन कॅफेला दालनेच्या दालने पसरलेला मोठा डायनिंग हॉल आहे. या प्रत्येक दालनात मांडून ठेवलेल्या फळांच्या, पेस्ट्रीच्या, सॅलड्सच्या रांगांच्या रांगा मी गेले दहा दिवस जाता येता बघितल्या होत्या पण इथे येणे फारसे झाले नव्हते. हा कॅफे नसून जेवण्याखाण्याचा कारखानाच होता. महिंद्रा कंपनीच्या कांदिवलीतील फॅक्टरी मध्ये, जिथे मी वीस वर्षे मेडिकल ऑफिसर म्हणून काम केले तेथे सकाळी आठ वाजता वडा पाव किंवा मिसळ इत्यादींच्या नाश्त्याने पहिल्या पाळीच्या वेळी जी सुरवात होई ती दुपारचे जेवण, संध्याकाळचा चहा अधिक रात्रीच्या पाळीचे जेवण होईस्तोवर शेगड्या पेटलेल्या राहत. हा कॅफेही सकाळी अकरापर्यंत लोकांचे ब्रेकफास्ट झाले रे झाले की दुपारच्या आणि रात्रीच्या जेवणाला लागे. इथे टेबलाच्या रांगांमधून फिरणारे वेटर्स, आपल्याला वाढण्यासाठी नव्हे तर एखाद्या माणसाचे जेवणखाण झाले रे झाले की टेबल स्वच्छ करण्यासाठी सॅनिटायझरची बॉटल घेऊन तत्परतेने उभे असत आणि तत्परता इतकी की जरा आपण डिश आपल्या नजरेपासून दूर केली किंवा टेबलाच्या बाजूला केली किंवा त्या

दोन घासांमध्ये जरा आपण उसंत घेत असू तर ती डिश आपल्या टेबलावरुन उचलली जाण्याचा धोका असे. गार्डन कॅफे आमच्या जाण्यायेण्याच्या वाटेवर लागायचे. शुचिर्भूत आंघोळ करून नुकतेच बाथरूम मधून सरळ इथे पोहोचलो असू तरी ह्याच्या प्रवेशद्वाराजवळ उभी असलेली फिलिपिनो मुलगी हातावर सॅनिटायझर फुसफुस करून मारल्याशिवाय आत सोडत नसे. कोविड संपून दोन वर्षे झाली तरीही गार्डन कॅफेमध्ये जेवणाची सुरुवात, मध्य आणि शेवटही सॅनिटायझरच्या वासाने होत असल्याने कदाचित आमच्या नकळत आम्ही इथे खायचे टाळले असावे.

आज सकाळी अंड्यांच्या लाईव्ह काउंटरपाशी मी आलो तर एक शेफ फक्त अंड्यावर अंडी फोडून पिवळ्या बलकाचे एक आणि शेम्बडासारख्या दिसणाऱ्या पांढरट पदार्थाचे दुसरे अशी दोन घमेली तन्मयतेने भरत होता. त्याच्या बाजूचा शेफ, आपण सांगितल्याप्रमाणे, नुसते आमलेट किंवा हाफ फ्राईड, ज्यामध्ये सनी साईड अप, पोचड, स्क्रॅंबल असे नाना प्रकार अक्षरशः दोन मिनिटात बनवून देत होता. कलाकाराच्या तन्मयतेने त्याचे ते वेगवेगळे अंड्याचे प्रकार बनवणे, त्यातही ते सनी साइड अप वाले प्रकरण सहजतेने बनवताना बघणे हा ते खाण्याइतकाच आनंद देणारे होते. ते डिश मध्ये त्याने दिल्यावर त्यापुढे ठेवलेली वेगवेगळी चीजेस, क्या चीज है बघायला म्हणून मी प्लेट मध्ये घेतली. ओव्हनच्या फिरत्या पट्ट्यावर आधी ठेवलेल्या ब्रेडच्या आता तांबूस गरम झालेल्या स्लाइस उचलल्या आणि परत असे कधी बसायला मिळेल हे माहित नसल्याने समुद्राजवळची खिडकी पकडली.

सकाळच्या ब्रेकफास्ट नंतर आज एक महत्वाचे काम करायचे होते ते म्हणजे अँग्रेसमुळे कॅन्सल झालेल्या ट्रिपांचे क्रूझने कबूल केलेले पैसे परत घेणे. भारतात अतोनात खरेदी करून मॉल मध्ये सर्वात शेवटी त्या लांबलचक लाईनीत दोन्ही हातात शॉपिंग बॅगा घेऊन खिशातले पैसे द्यायला मी बरेच वेळा उभा राहिलो आहे. आज ही उलटी गंगा होती. "मला कोणीतरी पैसे परत देत होते, ते पण डॉलर मध्ये!" म्हंटल्यावर माझ्या आनंदित मनाला उभे राहण्याचे

कष्ट जाणवत नव्हते. तर या लाईनीत थोड्या वेळाने पाठी वळून बघतो तर उभे होते «सावरकर गुरुजी», गेल्या दहा दिवसात क्रूझवर जाता येता एकमेकांना बघून बघून आणि एकाच टेबलावर «बसून बसून» काही सहप्रवासी ओळखीचे झाले होते. त्यातही एका जोडप्याशी आमची विशेष सलगी झाली होती. त्यातला जो तो होता त्याला आम्ही "सावरकर गुरुजी" असे टोपण नाव दिले होते कारण आमच्या घरी येऊन मला बासरी शिकवायला येणाऱ्या सावरकर गुरुजींसारखा तो थेट दिसे. तर हे सावरकर गुरुजी आपल्या पत्नीस घेऊन इथल्याच बाजूला असलेल्या "आईल ऑफ राईट" नावाच्या बेटावरून क्रूझला आले होते. हे म्हणजे मुंबईहून अलिबागला बोटीने जावे तसे तासाभरात येऊन त्यांनी हा क्रूझचा दहा दिवसांचा प्रवास केला होता. आमची जर ही पहिली क्रूझ सफर होती तर त्यांची ही तब्बल नववी होती याचे कारण हे की, सावरकर वहिनींना विमानात बसण्याचे म्हणे भय होते! त्यांना लाईनीत बघून हे «सावरकर» क्रुझवरून उतरल्यावर तासाभरात घरी पोहोचणार या विचाराने मला माझे हजारो मैलावरील घर आठवून कधी नव्हे तो त्यांचा हेवा वाटला.

यथावकाश मी काउंटरवर पोहोचलो. तिथल्या माणसाने माझ्या स्टेटरूमचा नंबर विचारून तब्बल "दीडेकशे डॉलर" माझ्या हातात टेकवले. हे म्हणजे «आमच्या इथे येऊन एवढी मजा केली त्याबद्दल हे तुम्हाला रोख बक्षीस!!!» असे झाले. पॅकी त्याचवेळी दुसऱ्या लाईनीत उभी होती. तिचे काम जरा नाजूक होते. क्रूझच्या एकूण खर्चात टिप्सचा समावेश आधीच केलेला होता पण तुम्हाला ते पैसे जर परत हवे असतील तर एक फॉर्म भरून, त्यात टिप्सचे पैसे तुम्हाला का परत हवे आहेत, याचे कारण देऊन तुम्ही ते परत घेऊ शकत होतात. समोरच्याला जास्तीत जास्त ऑकवर्ड करून, जेणेकरून फारसे लोक पैसे परत मागणार नाहीत त्यासाठी ही योजना होती. आम्हीही त्यामुळे त्याबद्दल बरेच चर्वितचर्वण करून शेवटी "हे पैसे भीड न बाळगता परत मागायचे," असे ठरवले होते. काउंटरवर पोहोचल्यावर, "वीस दिवसांच्या आत तो फॉर्म भरून, त्यांच्या ऑस्ट्रेलियातील ऑफिसात पोस्टाने पोहोचणे आवश्यक आहे", हे वर

अजून जेव्हा कळले तेव्हा काहीही झाले तरी हे टिप्सचे पैसे परत मिळवायचेच असा आम्ही चंग बांधला.

त्यानंतर पहिल्या दिवसागत फिरून एकदा क्रूझवरील आता सुपरिचित झालेल्या ठिकाणी आम्ही आमचा धावता दौरा सुरु केला. गॅटस्बीला आज एक मुलगी पियानो वाजवता वाजवता अफलातून गातही होती. तिच्या समोरच्या टेबलावरती गेले दहा दिवस बसूनबसून माणसांचे अनेक प्रकार मी बघितले होते. संध्याकाळी तर इथे येताना, दिवसभराचे फिरणे झालेले असूनही, अक्षरशः लग्न समारंभाला आलो आहोत अशा थाटात पुरुष मंडळी, "थ्री पीस सूट" अथवा "जॅकेट" वगैरे घालून तर बायका "इव्हिनिंग ड्रेस" का काय म्हणतात ते घालून येत. (मी आलटून पालटून घालत असलेले तेच तेच तीन टी शर्ट बघून एखाद्याला मी अंगावरचे कपडे विकून क्रूझचे पैसे भरल्याचा संशय आला नसेल म्हणजे मिळवली)

एक सतत आपल्यातच कोंडाळे करून जहाजभर सर्वत्र दिसलेला गुज्जूभाईंचा घोळका आजही इथे दिसला. ही लोकं समोरच्या मक्याच्या चकण्याला शेवगाठीया समजून ते खाण्यात आणि एकमेकांशी बोलण्यात एवढे मग्न असत की जणू ते सुरतला एखाद्या पिकनिक स्पॉटला बसलेले असावेत. पण ह्यांच्याशी नाही तरी आता अमेरिकास्थित पण मूळच्या भारतीय कुटुंबाशी माझी चांगली ओळख क्रूझ दरम्यान झाली होती. ही बटाट्यांसारखे डोळे असणारी टिपिकल दिल्लीकर बाई आपल्या आई आणि मावशी सोबत या क्रूझवर कधी रेस्टॉरंटमध्ये तर कधी फोटो गॅलरीतून फिरताना मला दिसायची. "ही नेमकी फक्त मलाच कशी दिसते?" हे पॅकीला पूर्ण क्रूझभर पडलेले कोडे होते आणि पॅकीशी एकदाही न बोलता "आपकी वाइफ तो एकदम ऑसम है!!!" असे तिला एकदा का म्हणावेसे वाटले हे मला पडलेले कोडे आहे. (तिच्या केसांच्या रंगछटा कदाचित कारणीभूत असाव्यात.)

क्रूझच्या पूर्ण कालावधीत इथे तिथे भटकताना, कॅमेरे गळ्यात घालून फिरणारी तीन-चार फोटोग्राफरची गॅंग वारंवार दिसे. येणाऱ्या जाणाऱ्यांना, गेट

वे ऑफ इंडियावरील फोटोग्राफर घालतात तशी «फोटो काढा, फोटो काढा» म्हणून ते गळ घालायचे. रोमांस पॅकेज अंतर्गत आमचे तीन फोटो काढले जाऊन त्यांचे प्रिंट आऊट आम्हास मिळणार होते पण तीन साड्या घेण्यासाठी तीनशे साड्या बघणे आवश्यक असते त्या प्रथेप्रमाणे हे तीन फोटो मिळवण्यासाठी पॅकीने या साऱ्या फोटोग्राफरना तब्बल नऊ दिवस सळो की पळो करून सोडले होते. प्रत्येक जिन्याच्या प्रत्येक वळणावर, कधी आम्ही एकाच पायरीवर तर कधी मी पायरी सोडून, एकमेकांकडे एकटक बघत, माझा हात तिच्या कमरेवर, तिचा हात माझ्या मानेवर, तिचा पाय दुमडलेला तर माझा लडखडलेला, एकमेकांकडे हाताची घडी घालून बघत आणि घडी मोडून बघत आणि सर्वात शेवटी एकमेकांकडे पाठ करून कुठेतरी तिसरीकडेच बघणारे, असे आमचे विविध फोटो रोज ती ह्या साऱ्या फोटोग्राफर बरोबरच्या गहन चर्चेनंतर काढून घेई. ह्याचे कारण तिच्या प्रत्येक ड्रेसचा एक तरी फोटो कोणत्या ना कोणत्या पोजमध्ये येणे आवश्यक होते. आज काढलेले फोटो दुसऱ्या दिवशी वाटेवरच्या फोटो गॅलरीत आपल्या नावाचे लॉगिन करून स्क्रीन वरती बघण्याचीही सोय होती आणि तेही आम्ही बघत असू.

आज नऊ दिवसात काढलेले ते शंभर फोटो ती लॅपटॉप समोर ठाण मांडून बघू लागली आणि त्यातील दोन फोटो निवडायला मी मदत करणे तिला अपेक्षित होते. बऱ्याच फोटोत माझे डोळे मिटलेले किंवा एवढे सांगूनही नजर कुठेतरी तिसरीकडेच अशी अवस्था होती. या एवढ्या फोटोत तिच्या सतरा ड्रेसेसचे प्रत्येकी पाच पाच वेळा फोटो आले होते तर माझ्या हिरव्या, राखाडी आणि काळपट रंगाच्या टी शर्टचे ही अनेक फोटो होते. यातून तिने मग वीस मिनिटांच्या सखोल निरीक्षणानंतर "आठ" फोटो निवडले आणि ह्यातून आता "तीन" फोटो तू निवड अशी चक्क मलाच शेवटी गळ घातली. तिने स्क्रीनवर निवडलेले आठ फोटो सोडून बाकीचे मी डिलीट करू लागलो. सदा सर्वकाळ संताजी धनाजी सारखे जोडीने छातीवर कॅमेरा लटकावून जिथे तिथे क्रूझवर भेटलेल्या त्या फोटोग्राफरचे चेहरे मला आठवले. त्यांनी आणि आम्ही घोरमेहनतीने काढलेले फोटो डिलीट करताना मला दुःख होत होते पण मोफत तीनच फोटो मिळणार

असल्याने माझा नाईलाज होता. मी शेवटी माझ्याकडे तीन रंगाचे शर्ट होते हे पुढे मागे पुराव्याने सिद्ध करता येईल, या हिशोबाने माझ्या त्या तीन शर्टांचे फोटो निवडले आणि बाकीचे पाच फोटो डिलीट केले. त्यावेळी फोटो गॅलरीमध्ये त्या सहा फोटोग्राफरमधली एकमेव फोटोग्राफर मुलगी हजर होती. काहीही झाले तरी उद्या सकाळी आमच्या स्टेट रूममध्ये ह्याचे प्रिंट आउट पाठवून दे, असे पॅकीने तिला जरा ठामपणेच बजावले आणि तिथून "मंदारा स्पा" ला जायला आम्ही निघालो.

इथला "मंदारा स्पा" हा एक भलताच प्रकार होता. क्रूझमध्ये येणाऱ्या रोजच्या फ्री स्टाईल पेपर मध्ये रकानेच्या रकाने भरून ह्या स्पामध्ये त्या त्या दिवशी होऊ घातलेल्या कार्यक्रमांचे वर्णन असे. "हाऊ टू लूक टेन इयर्स यंगर" पासून "ॲक्युप्रेशर, चायनीज हर्बल रेमेडी, रिंकल रेमेडी" अशांचे इव्हेंट्स या स्पामध्ये होत. स्पाच्या मेन्यू कार्ड मध्ये मॅनिक्युअर, पेडिक्युअर सारख्या किरकोळ गोष्टींपासून बॉडी रॅप, स्क्रब, अरोमा थेरपी, फुल बॉडी मसाज, हॅन्ड आणि आर्म मसाज असे वेगवेगळ्या अवयवांना चिवळून देणारे मसाज होते. ज्यासमोर डॉलर मध्ये लिहिलेल्या किमती रुपयात बदलल्या तर कित्येक हजारात गेल्या असत्या. आमच्या रोमान्स पॅकेज मध्ये "हाफ बॉडी स्वीडश मसाज" का काय आम्हाला "फुकट" मिळणार होता. पूर्ण ट्रिपभर तब्बल सात बंदरावर उतरून आणि भटकून थकून गेल्यावर शेवटचा दिवस ह्या अर्ध्या शरीराच्या मसाजसाठी आम्ही निवडला होता. स्पामध्ये शिरल्या शिरल्या तिथल्या रिकाम्या बसलेल्या तिघी चौघींनी आम्हाला घेरले. एक फॉर्म आमच्या हातात देण्यात आला. त्यात नाव, वय, वैद्यकीय आजार असल्यास त्यांचे तपशील, शरीराच्या विशिष्ट भागावर लक्ष देणे आवश्यक आहे का त्याची माहिती, कोणती ॲलर्जी आहे का, अशा अनेक अनंत खाजगी गोष्टी आम्हास त्यांना सांगाव्या लागल्या. त्यामध्ये रक्तगट आणि डोळ्याचा नंबर दिला असता तर एखादा डॉक्टर आम्हाला फिटनेस सर्टिफिकेट देऊ शकला असता.

हे झाल्यावरती या चौघींमधली सगळ्यात वयस्कर "डॉली" नावाच्या मलेशियन मोसीयरने नेमका माझा ताबा घेतला. अर्ध्या बॉडीच्या मसाज मध्ये सिनेमन, लावेंडर, रोजमेरी, लेमन ग्रास, जिंजर अशा वासांची तेले त्यांच्याकडे असून कोणत्या तेलापासून काय फायदा होईल हे तिने पंधरा मिनिटात मला समजावले. सर्वप्रथम या सर्वांमध्ये आमच्या आधीच भरलेल्या पैशात काय घेऊ शकतो हे मी समजून घेतले आणि लावेंडर हे पूर्वी ऐकलेले असल्याने मी ते तेल लावून घ्यायचे कबूल केले. त्यानंतर आम्हाला दोघांना रूम मध्ये एकटे सोडून डॉली बाहेर गेली. तिने सुचवलेले अजून महागडे पर्याय आम्ही न निवडल्याने ती नाराज झाली असावी. आम्ही त्यांनी दिलेले स्पा मध्ये घालायचे मंद सुवासाचे टावेल अंगावर टाकून मसाजसाठी तयार झालो. सारी रूम एका सुगंधित हवेने भारावून गेलेली होती आणि आपल्याकडील बासरी ऐवजी इथे कोणतेतरी पाश्चात्य मंद संगीत कानाला ऐकू येत होते. डॉली आत आली आणि लावेंडर तेल स्वतःच्या हाताला लावून माझी पाठ चोळू लागली. बाजूला हिचा ताबा एका ज्युनिअर मुलीने घेतला होता. पाच मिनिटात डॉलीला जसजसे माझ्या पाठीचे आकलन झाले तसतसे तिने माझी पाठ कशी खूप कठीण आहे ठिकठिकाणी ती बधीर आहे, तिला कसे वेडेवाकडे खाचखळगे आहेत, हे बोलत बोलत उघडकीस आणायला सुरवात केली. माझ्या पाठीमागे पाठीत एव्हढे कसे काय दोष निर्माण झाले ह्याने मी अस्वस्थ झालो. माझ्या पाठीच्या शेवटच्या टोकावर आल्यावर तिने हद्द केली. तिथे मला माहित नसलेल्या दोन गाठी आहेत असे बोलून बोटांनी हलवून दाखवल्या आणि निर्दयीपणे आणि मला दुखतील अशा रीतीने दाबल्या. ह्या दोन नव्याने सापडलेल्या आणि आम्हा दोघांनाही माहीत नसणाऱ्या पाठीतील गाठीवर काय उपाय आहे हे ती नंतर सांगू लागली. तिच्या मते जर मी वीस डॉलर्स अधिक मोजून दगडांनी केलेला मसाज घेतला तर या गाठी मुंबईत पोहोचेस्तोवर विरघळून जाणे सहज शक्य होते. हे सारे "मसाज कम आणि मार्केटिंग जादा" अनुभवून मी कशीबशी तिच्या तावडीतून माझी सुटका करून घेतली आणि माझ्या कठीण पाठीतल्या आता

दुखायला लागलेल्या गाठी हाताने तपासत तपासत त्यांच्या “प्रूफ व्हिस्की बार” कडे औषधासाठी धाव घेतली.

तिकडे जाण्यासाठी कॉरिडॉर मध्ये आलो तर कोणाच्या तरी गाण्याचा आवाज ऐकू येत होता. इथल्या ब्लिस लाउंज बाहेरील “प्रूफ व्हिस्की बार” ची तऱ्हा औरच होती. क्रूझमध्ये अतिशय काव्यात्मक नावे धारण करणारे वेगवेगळे बार होते “स्काय हाय बार”, “शुगरकेन मोईतो बार”, “स्पाईस एच टू ओ बार” आणि पुराव्यानिशी पाजणारा हा “प्रूफ व्हिस्की बार”. इथे पूर्ण वेळ लोक हातात माईक घेऊन कराओके वर गाण्यांचा “कराव कराव” करत असत. आपल्या इथे होते तसेच इथेही सगळ्यात बेसुऱ्या गाणाऱ्या वल्लींची “आता मला गायचंय, आता मला गायचंय” अशी एकमेकात चढाओढ लागलेली असे. आज मी या गाणाऱ्यांकडे पाठ करून, बारकडे तोंड करून असलेल्या उंच स्टुलावर बसून, समोर मांडलेल्या अडीचशे बाटल्यांवरील नावे वाचत माझा मूक निषेध व्यक्त केला. माझा हा निषेध चालू असताना, “ही” तेव्हढ्यात लागूनच असलेल्या ब्लिस लाउंज मध्ये जाऊन आली. तिथे ह्याच क्रूझ कंपनीच्या पुढील तीन वर्षातील वेगवेगळ्या खंडात जाणाऱ्या साऱ्या टूर्सवर स्लाईड सकट व्याख्यान चालू होते. तुम्ही परत आमच्याबरोबर फिरायला आलात तर किती टक्के सवलत मिळेल, ते सर्व पैसे सुलभ हप्त्यातही कसे भरू शकता, हे सारे नुसते तिच्या तोंडून ऐकूनही माझे व्हिस्कीने कडू झालेले तोंड अजूनच कडवट झाले आणि ते प्रवचन आत जाऊन ऐकायला लागू नये म्हणून मी तिथून काढता पाय घेतला.

गॅटस्बीला घटकाभर बसल्यावर, आम्ही दहा दिवसात शंभर वेळा ये जा केलेल्या क्रूझमधील काचेच्या सिलेंडरच्या आकाराच्या काचेच्या लिफ्टमध्ये चढलो. इतक्या वेळा बघून सुद्धा चोहोबाजूच्या दृश्याने माझे मन पुन्हा आश्चर्यचकित झाले. आज खाली स्टेजवर गिटार वाजवणाऱ्या तरुण वादकाचं मधोमध टाळूवर पडलेलं टक्कल मला दिसलं. एक बोकडासारखी दाढी वाढवलेला आणि त्या दाढीला रबर बँड लावलेला सत्तरीतील कोणी डेव्हिड असेल, आपल्या डार्लिंगच्या सुरकुत्या पडायला लागलेल्या ओठांचे चुंबन घेत

होता. बरेच वेळा आधीही पाहिलेले, इकडून तिकडे आपले आपण फिरणारे, शरीराने गलितगात्र पण मनाने तरुण असे लहान मोठ्या वयाचे टुरिस्ट स्वतःच्या इलेक्ट्रिक व्हील चेअर वरून सुळकन जाताना मला दिसले. आपल्याकडे धडधाकट माणसाला अपंग बनवण्याची शक्यता निर्माण करणारे सार्वजनिक ठिकाणी असणारे मोठ्ठाले खड्डे आठवून भारतातील अपंगांना इकडे तिकडे वावरताना होत असणाऱ्या अडचणीविषयी मी विचार करायला धजावलो देखील नाही. इतक्यात, धूमकेतू सारखा कुठेही भेटणारा फुलाफुलांचा शर्ट घालून फिरणारा आर्थर का कोण लिफ्टमध्ये चढला. तो जेव्हा केव्हा भेटे तेव्हा पॅकीच्या केसातल्या रंगछटांचे बिनधास्त माझ्यासमोर कौतुक करत असे. आर्थरच्या बायकोच्या स्पोर्टिंग स्वभावाचे मला विशेष कौतुक अशावेळी वाटेच पण त्याचबरोबर हिच्या केसांबद्दल परत ब्र काढलास तर तुझे दाढीचे केस उपटेन, असे त्याला म्हणावेसे वाटे. पण एकूणच अनुभव असा की जेवढ्या सहजतेने अनोळखी अमेरिकन्स इतरांशी पटकन सलगी करायला लागतात तेव्हढे ब्रिटिश लोक तर सोडाच आपणही करत नाही!

दुपारचा तासभर क्रूझवरील साऱ्या वर्दळीपासून दूर जाऊन रूममध्ये काढायचे आम्ही ठरवले. त्या रात्री स्टारडस्ट थेटरला जाण्यासाठीचा ड्रेस निवडण्यासाठी पंधरा मिनिटे खर्च करून ती आडवी होऊन किंडल वर वाचनात मग्न झाली. मला मात्र आज आडवे पडून राहवेना. रूमच्या काचेच्या खिडकीला लागून एक कठडा होता. त्या कठड्यावर मी स्वतःला कसेबसे माववले आणि देवळातल्या मूर्तीकडे कसे एकटक बघतात तसे बाहेरील समुद्राकडे एकटक बघू लागलो. हा समुद्र अथांग होता, धीरगंभीर होता जणू समाधिस्थ होता. गेले नऊ दिवस आणि नऊ रात्री हा माझा सोबती होता. नेहेमी दिसतात तशा ह्याच्या किनाऱ्यावर आदळणाऱ्या लाटा यावेळी मी अनुभवल्या नाहीत, ना छोटे मोठे याच्या वरील आकाशात उडणारे पक्षी मी बघितले. यावर फक्त सकाळ उजाडताना बघून मी त्यापुढे नतमस्तक झालो होतो, दुपारी ह्यावर चमचमणारे ऊन बघून दिपलो गेलो होतो, रात्री काळोखातले त्याचे रूप बघून घाबराघुबरा झालो होतो आणि अँग्नेसच्या काळात त्याला शरण गेलो होतो.. ह्या क्रूझ

सफारीचा हाच तर खरा "कर्ता करविता" होता, हे त्या क्षणाला मला जाणवले आणि मी दोन्ही हात जोडून त्याला नमस्कार केला.

सकाळी लग्नाचा हॉल असलेली जागा संध्याकाळी पत्ते खेळायचा क्लब व्हावा तश्यागत ब्लिस लाउंज आपले रूप तासागणिक बदलते. त्याच्या एका टोकाला बार होता आणि दुसऱ्या टोकावरच्या स्टेजवर सकाळी फिटनेस क्लास, दुपारी भविष्यातील ट्रिपांवरील प्रवचन झाल्यावर, आजच्या शेवटच्या संध्याकाळीही ब्लिस लाउंजचे ते परिचित स्टेज डान्स फ्लोअर बनून गेले होते. त्यावर "डिस्को लाइट्स" एकदा का पडायला लागले की त्याचे रूपच पालटून जाते हेच खरे!!! सत्तरी- ऐंशीतील चिरतरुण आपल्या खास "थ्री पीस सूट जॅकेट" मध्ये पॉलिश केलेले "लेदर शूज" घालून मस्तपैकी इथे डान्स करत होते. आबा, बोनियम सारख्या बँड ची सुपर डुपर गाणी चालू होती. त्या डिस्को लाइटच्या उघडमीट होणाऱ्या दिव्यातसुद्धा मला कळले की, प्रत्येकाला ही गाणी तोंडपाठ असून नाचत असताना हे सारे जण गातायतात सुद्धा! एकीचा नवरा आपल्या नाचऱ्या बायकोसाठी मधून मधून प्रेमाने आणि वाईनने भरलेला ग्लास डान्स फ्लोअरवर आणून देत होता. ही डान्स पार्टी चालू असताना मला सतत नादिया

हसनचे किंवा भप्पी लाहिरीचे एखादे डिस्को छाप हिंदी गाणे आज वाजले तर किती बरे होईल असे वाटले. तेव्हढ्यात क्रूझवर ओळख झालेली एक बाई पॅकीला स्टेजवर बळेबळेच नाचायला घेऊन गेली. पाच मिनिटे झाल्यावर बोरिवलीच्या बुटी पार्लरमध्ये लावलेल्या तिच्या केसांच्या वेगवेगळ्या रंगछटा त्या डिस्को लाइट्सच्या रंगांमध्ये मिसळून त्यामधून तानापिहीनीपाजा पलीकडील रंग मला दिसायला लागले. हा भास आहे की बारटेंडर ने पाजलेल्या पेगचा परिणाम आहे हे मला समजेना.

दिवस झरझर संपल्यावर, जणू बोरिवलीच्या ठाकरे नाट्यगृहात सवयीने यावे तसे आम्ही स्टारडस्ट थेटरला आलो. ह्या वास्तूत गेले नऊ दिवस चार्ली ब्लूच्या व्हायोलिन वादनापासून, बघताना डोळे पांढरे करतील अशा दोरीवर टांगून केलेल्या पोलिश कलाकारांच्या अफलातून कसरतीपासून, इंग्लिश मॅजिशिअन मायकल आणि मंगोलियन हुलानने केलेल्या जादूच्या प्रयोगापर्यंत अप्रतिम कार्यक्रम आम्ही बघितले होते. बाहेर घोंघावत असलेल्या अँग्नेसचा विसर पाडायला लावणारे ते सारे कलाविष्कार होते. गम्मत म्हणजे सारे कलाकारदेखील क्रूझमध्येच राहत असल्याने काल स्टेजवर कला सादर करताना आपण बघितले ते राजबिंडे, जणू ग्रीक देवतांसारखे दिसणारे कलाकार आज आपल्या समोरच्या सीटवर बसलेले बघायला मिळत. त्यांची ती पिळदार शरीरे आणि सपाट पोटे इतकी जवळून बघितल्यावर, मुंबईला गेल्यावर पोट कमी करायचा शेवटचा एक प्रयत्न करायचे मी ठरवले होते.

आज अखेरच्या दिवशी, सोळा फ्रेंच कलाकारांनी त्यांच्या अभिनयाने आणि देहबोलीने रंगमंचावर उभा केलेला "परिशियन नाईट क्लब" आमच्यासमोर जिवंत होत होता. त्यांचे हे नृत्य नाट्य म्हणजे डोळ्यांना मेजवानीच होती. तो प्रयोग संपताच क्षणी क्रूझचा साराच्या सारा स्टाफ स्टेजवरती आम्हाला अभिवादन करायला आला. "स्टारडस्ट" च्या वेगवेगळ्या दरवाज्यांमधून ही सारी मंडळी, त्यामध्ये आमची रोज "रूम सर्विस" करणारा "टॉमी", रेस्टोरन्ट मधला आमचा आवडता "बोनी", "ल बिस्त्रो" मधला तो "शेफ", क्रूझ डायरेक्टर "बियांका"

आणि अगदी खुद्द "कॅप्टन" असे सर्वजण, जवळपास शंभराहून अधिक स्टेजवर अवतरलेले बघून आम्ही सारे प्रेक्षक उत्स्फूर्तपणे उभे राहिलो आणि गेले दहा दिवस त्यांनी केलेल्या पंचतारांकित पाहुणचाराबद्दल टाळ्यांच्या कडकडाटात त्यांचे मनापासून आभार मानले.

दुसऱ्या दिवशी सकाळी उठलो तर समोर आता ओळखीचे वाटणारे साऊद्‌अँप्टन होते. आयर्लंडची प्रदक्षिणा पूर्ण झाली होती. स्टेटरूम मध्ये पहिल्या दिवशी लायनीत रचून ठेवलेल्या पाण्याच्या चोवीस उंच टेट्रापॅक मधले दोनच आता शिल्लक दिसत होते. त्यांना वाळूच्या घडाळ्यागत मानून, "हे संपले कि क्रूझ संपली" हे समज असे माझे अंतर्मन मधून मधून मला सांगत असे. बाहेर बघितले तर सारी मंडळी आपापल्या बॅगा ओढत रॅम्प वरून जहाजाकडे नजरही न टाकता उतरताना दिसत होती. मनात आले आपण तसे नको करूया म्हणून मग ते उरलेले दोन टेट्रापॅक आम्ही काचेच्या त्या खिडकीला लागून ठेवले आणि बाहेर पडलो कारण जहाजाबाहेरून आपली रूम नक्की कोणती हे ओळखायला आणि ती ओळखल्यावर त्या रूमला "टाटा" म्हणायला ती आमची खूण होती.

ॲमस्टरडॅम

क्रूझ ला जायची मूळ कल्पना जर पॅकीची असेल तर ॲमस्टरडॅमला जायची आयडिया माझी होती. क्रूझ संपल्यावर ॲमस्टरडॅमला जाण्यापूर्वी एखादा दिवस लंडन मध्ये काढायचा हे आधीच ठरले होते. जेनिफरचा "बॅटरसी पार्क" जवळचा फ्लॅट एका रात्रीच्या मुक्कामाकरता निवडण्यामागचे एकमेव कारण तिथे वॉशिंग मशीन असून मळलेले सारे कपडे तिच्याकडे धुऊन पुढे निवांत फिरता येईल हे होते. प्रत्यक्षात जेनिफरच्या घरी पोहोचलो तेव्हा दुपार झाली होती. ठरल्याप्रमाणे धोबीघाट घालण्यासाठी पॅकीने सराईतपणे तिच्या अपरिचित मॉडेलच्या वॉशिंग मशीनची बटणे गरागरा उलटी सुलटी फिरवली आणि कपड्यांचा पहिला घाणा आत टाकला. आता ह्या ऑटोमॅटिक मशीनला हे पंधरा कपडे धुवायला आणि सुकवायला दीड तास लागणार असल्याने, तेव्हढ्यात कुठेतरी जेवून यावे हा विचार करून आम्ही त्वरेने बाहेर पडलो.

क्रूझवरील सर्व्हिस चार्जचा रिफंड घेण्यासाठी त्यांनी दिलेला तो फॉर्म भरून इथल्या पोस्ट ऑफिसातच टाकता आला तर बरा ह्या विचाराने माझी नजर सारे सोडून "पोस्ट ऑफिस" कुठे दिसतंय का ह्याकडे होती. पोस्ट ऑफिस तर सापडले पण ते बंद होते म्हटल्यावर तो विचार रद्द करावा लागला. जेनिफरच्या मशिनीत पुढचे कपडे टाकायची जिम्मेदारी माझ्यावर होती. लगोलग ती पार पाडायला मी मशीनशी पोहोचलो, पाहतो तर काय, आमचे सारे कपडे ओले असतानाच, बिनदिक्कत त्यातून काढून, स्वतःचे कपडे मशीनमध्ये टाकून

जेनिफर कमरेवर दोन्ही हात ठेऊन माझ्या स्वागताला उभी होती. "तुम्ही इथे एकच दिवस राहताय आणि एव्हढे सारे कपडे धुवून माझे वॉशिंग मशीन झिजवू शकत नाही" ह्या तिच्या म्हणण्यावर मला काही उत्तर देता येईना. एकतर तिचे ते रागावल्यानंतरचे फाडफाड इंग्लिश मला उमजेना आणि पॅकीचा हिच्याबरोबर मेलवर कपडे धुण्याबद्दल काय "सुखसंवाद" झाला ह्याचा मला पत्ता नव्हता. बाहेरची गडबड ऐकून पॅकी बाहेर आली आणि जेनिफरला तिच्याच ऍक्सेंट मध्ये बोलून, "आम्ही क्रूझ मध्ये दहा दिवस राहिल्याने एव्हढे जास्त कपडे झाल्येत आणि मी तुला हे मेलवरती सुद्धा बजावले होते" ह्याची तिला आठवण करून दिली आणि नशिबाने जेनिफरच्याही ते लक्षात आल्याने पुढचे भांडण टळले.

संध्याकाळी जवळच्या, दोनशे एकर जागेत पसरलेल्या "बॅटरसी पार्क" मध्ये फेरफटका मारताना अँग्नेस वादळातूनही सुखरूप पार पडलेल्या क्रूझच्या अनेक आठवणी डोक्यात होत्या. तेथील तलावाजवळील ओपन रेस्टोरंटमध्ये मोक्याचे बाकडे पकडून ती मावळती संध्याकाळ आम्ही अनुभवत होतो. अनेक तरुण तरुणी बियर नाहीतर वाईन पीतपीत मस्तपैकी आमच्या आजूबाजूला खिदळत बसलेले होते. एक वृद्ध ब्रिटीश बाई हातातली काठी टेबलापाशी ठेवून तलावाकडे एकटक बघत बसली होती. ते बघून "मलाही रिटायर झाल्यावर इथे स्थायिक होऊन हिच्यासारखेच ह्या पार्कमध्ये यायला आवडेल", असे पॅकीने म्हंटले. वीस वर्षांपूर्वी पॉण्डेचेरीला गेलो असताना, दहा वर्षांपूर्वी एथन्स आणि आठ वर्षांपूर्वी रोम मध्ये भटकतानाही तिने हाच डायलॉग मारला असल्याने ह्यावेळी मी दचकलो नाही. किंबहुना "आता रिटायर झाल्यावर मी कायमचे राहायला इथे येणार" हे तिचे वाक्य «मला ही जागा खूप आवडली एव्हढेच दर्शवते» हे मी माझ्या मनाला समजावून सांगितले.

जर ट्रॅव्हल कंपनीमार्फत न जाता तुम्ही एकट्याने प्रवास करत असाल तर "लोकल ट्रान्सपोर्ट" आपला आपणच बघावा लागतो. त्या रात्री, सकाळी पाच वाजता "सेंट पॅनक्रास" स्टेशनवर जाण्यासाठी उबर बुक करायची होती. हिने

सराईतपणे ते बुकिंग सुरु केले जे काही केल्या तिला जमेना. लॉस अँजेलिस पासून बालीपर्यंत कुठूनही डोळे मिटून उबर बुक करण्याचा अनुभव असणाऱ्या पॅकीला ही हादरवून टाकणारी गोष्ट होती. उद्या सकाळी "सेंट पॅनक्रास" ला सहा वाजता पोहोचण्यासाठी आत्ताच चालत निघावे म्हणजे पोहोचू असा सरळसोट विचार म्या पामराच्या मनात तेव्हा आला. स्तंभित होऊन मध्येच तिने आता सारे झाले पण उबरला पेमेंट करायला मला बँकेचा पासवर्ड आठवत नाही असे म्हणून मला अजून चक्रावून टाकले. स्वतः सकट माझा आणि आमच्या दोन मुलांचे बारा आकडी आधार कार्ड नंबर आणि मुळाक्षरे आणि काही आकड्यांचा असणारा दस नंबरी पॅन कार्ड पाठ असणारीचे असे क्षणात कसे झाले? ह्याने मी हैराण झालो होतो. ह्यावेळी रात्रीचे अकरा वाजले होते. मनाचा हिय्या करून हिने जेनिफरला फोन लावला आणि आमची अडचण सांगितली. जेनिफरने लगोलग यजमान धर्म पाळत पटापट दोन चार फोन लावले आणि तिच्या नेहेमीच्या टॅक्सी ड्राइवरला सकाळी यायची नुसती गळच घातली नाही तर दुसऱ्या दिवशी भल्या पहाटे आम्हाला टॅक्सी पर्यंत सोडायलाही आली. काल वॉशिंग मशीन प्रकरणामुळे तिच्यावर आलेला आमचा राग तिला टाटा म्हणताना त्या भल्या पहाटे कधीचा पळून गेला होता.

जेमतेम चार तासात लंडनहून ॲमस्टरडॅमला नेणाऱ्या युरोस्टारचा हा काही आमचा पहिला वाहिला प्रवास नव्हता. २०१० साली सेंट पॅन क्रास स्टेशनवरूनच पॅरिसला जाणारी युरोस्टार आम्ही पकडली होती. तरीही, इथे आपण एका देशातून दुसऱ्या देशात चक्क तेवीस मैल अंतर समुद्राखालून कापणाऱ्या अफलातून ट्रेनमधून जात आहोत आणि सारे इमिग्रेशनचे सोपस्कार ह्या रेल्वे स्टेशनात करावे लागतात हे मी पार विसरून गेलो होतो. त्या पहाटे स्टेशन वरती माणसांची इतकी गर्दी होती की थंडीपासून संरक्षण म्हणून घातलेल्या उबदार कपड्यामुळे मला अक्षरशः घामाच्या धारा लागल्या. युरोस्टारमध्ये आमच्या बोगीतील रॅक्स वर सारे सामान रुजू करून जेव्हा त्या आरामदायी सीट्सवर बसलो तेव्हा कुठे आमचा जीव सुखावला. समुद्राखालून जाताना दिसणारा

काळोख सोडला तर बाकीचा सर्व प्रवास बाहेरचा युरोपमधला सुंदर निसर्ग बघण्यात कसा झाला ते कळलेच नाही.

फ्रान्स आणि बेल्जीयममधून भटकत जाणारी ही ट्रेन हॉलंडमध्ये जेव्हा शिरते तेव्हा का कुणास ठाऊक बाहेर दिसणाऱ्या घरांच्या रचनेत म्हणा, तिथल्या निसर्गात झालेला बदल म्हणा, माझ्या अंतर्मनाला ही जाणवला आणि रोटरडॅम पाठोपाठ येणाऱ्या ॲमस्टरडॅम सेंट्रल ह्या स्टेशनवर आमची स्वारी पोहोचली. मुंबईतल्या मुंबई सेंट्रल सारखे हे ॲमस्टरडॅम सेंट्रल नसून ह्याला "ॲमस्टरडॅम सेंट्राल" म्हणतात. ह्या स्टेशनात अनेक कॅफेज, ब्रँडेड गोष्टी विकणारी पॉश दुकाने, सुपरमार्केट्स आमचे येथे दोन्ही हात जोडून स्वागत करत होती. हातात सायकली घेऊन स्टेशनमध्ये शिरणारे, बाहेर पडणारे अनेक प्रवासी आम्हाला दिसत होते. येथील ट्राम आणि बसेस मध्ये तीन दिवस अहोरात्र फिरण्यासाठीचे ऑनलाईन तिकीट माझ्या "पॅकी नामक ट्रॅव्हल एजन्सीने" मुंबईतच काढले होते. त्यांच्या टर्म्स आणि कंडिशन मध्ये तिकिटाचा प्रिंट आउट असणे आवश्यक असे नमूद केले होते. डचांच्या देशात असल्याने आता इंग्लिश बोलायची सोय नव्हती. दोघा तिघांशी खुणेने बोलत, त्यांचे तोडके मोडके इंग्लिश समजून घेऊन हिने कसेबसे तिकीट मिळण्याचे ठिकाण शोधले. तिथल्या भल्या मोठ्या लाईनीत ती उभी असताना मी आमच्या साऱ्या बॅगा गुराख्यागत सांभाळत सेंट्रालमध्ये येणाऱ्या जाणाऱ्यांकडे बघत उभा होतो. ह्या काळात एक पूर्ण लाईन पार करून काउंटरवर पोचल्यावर तिला कळले की ही चुकीची लाईन आहे. बाजूच्या बरोबर असलेल्या लाईनीत काउंटरपाशी ती पोचली तर तिथले प्रिंटिंग मशीन बंद होते. असे करता करता शेवटच्या सर्वात छोट्या लाईनीत उभे राहून, तिला पूर्वी मुंबईच्या लोकलसाठी मिळायचे तसे छोटेसे तिकीट एकदाचे मिळाले.

सेंट्राल मधून बाहेर पडल्या पडल्या तुम्हाला समोर काय दिसते तर पाणीच पाणी! हे पाणी म्हणजे नदी आहे की कॅनाल आहे ह्याचा पहिल्या दृष्टीक्षेपात पत्ताच लागत नाही. त्या पाण्याला डोळ्यात साठवत आम्ही उबर केली आणि साइनवॉकतरस्त्रात येथे राहणाऱ्या "इन्ग्रिड" च्या घरी जाण्यास निघालो. पूर्वी

कधीही न बघितलेल्या शहरात प्रथम शिरताना पहिले पाऊल टाकल्यापासून माझे मन आतल्या आत उंच उड्या मारत असते. विस्तीर्ण रस्त्यावरून जाणाऱ्या ट्राम्स, सायकली बघत बघत इन्ग्रिडचे घर कधी आले ते कळलेही नाही. कॅनालला लागून, दोन्हीही बाजूला रो हाऊस असणारी ती एक शांत हिरवीगार गल्ली होती. तिचे ६०१९ नंबरचे घर गॅलरीत असलेल्या झाडीमध्ये लपून बसलेले होते. एका अतिशय चिंचोळ्या पॅसेज मधून आम्ही एकदोनदा आत बाहेर केले. त्या पॅसेजमध्ये एक मोठी होडी भिंतीला लटकावून ठेवली होती. ती माझ्या बिनकेसाच्या डोक्यावर आपटणार नाही ह्याची मी खबरदारी घेत होतो. चारदा बेल वाजवली तरी इन्ग्रिड बाहेर येईना...... त्या किर्रर्र शांत गल्लीत, आपल्या इथे हाक मारतो तशी "इन्ग्रिड sss" अशी जोरात हाक मारायचीही सोय नव्हती. पॅकीने तिला दोनदा तीनदा फोन लावून बघितला आणि मी भिंतीला कान लावून आत कुठे तो वाजतोय का? ते ऐकण्याचा प्रयत्न करत होतो. त्यानंतर सामान गॅलरी मधल्या झाडाझुडपात लपवून शेवटी आम्ही गल्लीत वाट चुकून असेच आपले मुंबईहून ॲमस्टरडॅमला आल्यागत उभे राहिलो. जाणारे येणारे आमच्याकडे नुसती एक नजर टाकून रस्त्यावरून पुढे जात होते.

इतक्यात त्या चिंचोळ्या पॅसेजमधून एक धिप्पाड सहा फुटी बाई तिच्या शॉर्ट स्कर्ट मध्ये बाहेर आली आणि तिच्या आम्हाला समजू शकेल अशा इंग्लिश मध्ये "आय एम इन्ग्रिड" असे म्हणून आमचे स्वागत केले. हे म्हणताना तिने माझा हॅन्ड असा काही जोरात शेक केला की पॅसेजमध्ये लटकवलेली ती अवाढव्य बोट ही मजबूत हाताची बाई वल्हवते हे मला आपोपाप कळले. इन्ग्रिडने खूप मोकळेपणाने सॉरी सॉरी म्हणत दणादण आमच्या बॅगा उचलून रुममधे घेऊन जायला मदत केली. त्या नंतरचा अर्धा तास तिने त्या खोलीतील टीव्ही, फ्रिज, मायक्रोवेव्ह आदी सुविधा कशा वापरायच्या हे समजावून सांगितले आणि परत एकदा सॉरी म्हणून निघून गेली. ती गेल्यानंतर आम्ही आमचे ते अडीच दिवसासाठीचे घर नीट बघू लागलो. फ्रिज उघडला तर त्यात चीज, बटर, अंडी, दूध, बियरचे कॅन्स, फिश, चिकनची पॅकेट्स असे सारे काही होते. समोरच असलेल्या सुबक टेबलावर वेगवेगळ्या आकाराच्या प्लेट्स, कप बश्या,

कुकीजनी भरलेला डब्बा, चहा कॉफीची पाकिटे आणि ह्याहून वरताण म्हणजे व्हाईट आणि रेड वाईनची बॉटल ही होती. गेल्या तीस वर्षांच्या सहलजीवनात भेटलेली "सर्वात दिलदार आणि उमदी होस्ट" इन्ग्रिड ठरेल ह्यात काही शंकाच नव्हती. तिने जाताजाता सांगितल्याप्रमाणे दहा मिनिटाच्या अंतरावर असणाऱ्या स्पॉरेंबर्ग रेस्टोरंटमध्ये दुपारचे जेवायला आम्ही निघालो.

आम्ही राहत असलेले साइनवॉकतरस्त्रात हे ठिकाण एक बेटच होते. ॲमस्टरडॅम हे तब्बल नव्वद छोट्या छोट्या बेटांपासून बनलेले असून बेटांमधून जाणारे अनेक कॅनलस इथे आहेत ज्यावरून इकडून तिकडे जायला तब्बल दीड हजार छोटे मोठे पूल त्यावर आहेत. साइनवॉकतरस्त्रात च्या गल्लीत आज दुपारी सुद्धा छान वारा सुटलेला होता. चालत चालत आम्ही "इज" नदीच्या अगदी काठावर असलेल्या त्या रेस्टॉरंटशी पोहोचलो. आता हे डच आम्हाला कोणकोणत्या प्राण्यांना खाऊ घालतायतात ह्या विचारात मी ते मेनू कार्ड उघडले तर हे रेस्टॉरंट चक्क "विगन" निघाले!!! हे म्हणजे "चिकन मोमो" समजून ज्याला खाण्यासाठी हात लावणार तो "उकडीचा मोदक" निघण्यासारखे होते. माझी तर सारा मेनू वाचून तब्येत खुश झाली. "मोरोक्कन सूप" म्हणून स्वतःला म्हणवणारे ते पातळ पेय चक्क "दाट तूर डाळीचे वरण" निघाले मग काय विचारता बाजूच्या पावाला घटकाभर पोळी समजून आणि वर स्टीम राईस मागवून आम्ही जेवायला सज्ज झालो. आता हे सारे निमुटपणे मान खाली घालून तल्लीन होऊन जेवणार तर ती पॅकी कसली! त्या रेस्टॉरंटमध्ये सर्वप्रथम आत मध्ये, नंतर बाहेरच टाकलेल्या टेबल खुर्च्यांवर आणि सर्वात शेवटी रस्त्यापलीकडील अगदी नदीला लागून असलेल्या खुर्च्यांवर ह्या क्रमाने पाच पाच मिनिटे बसून मला आणि त्या वेटरला तिने हैराण केले. शेवटी आता याहून जास्त नदीजवळ बसणे शक्य नाही हे ध्यानात आल्यावर तिचा प्रथम आत्मा सुखावला व नंतरचं आमचे दोघांचे पोट भरले.

घरी परत येण्यासाठी आम्ही चालू लागलो. मुंबई कसे "कुत्र्यांचे आणि रिक्षावाल्यांचे शहर" आहे तसे ॲमस्टरडॅम हे "मांजरांचे आणि सायकलस्वारांचे

शहर" आहे. मांजर किंवा सायकल दिसली नाही असा एक क्षणही ॲमस्टरडॅम मध्ये असाल तर तुम्हाला मिळणार नाही. त्या दिवशी जेवणानंतर फेरफटका मारताना तिथल्या लाल रंगाच्या सापासारख्या खालीवर वळणे घेणाऱ्या पायथन ब्रिजवरून चालणे झाले. पूर्ण वेळ एक काळे मांजर आमच्या मागे मागे जणू वाटाड्या असल्यागत फिरत होते. तिने आम्हाला गल्लीच्या टोकापर्यंत पोहोचवल्यावर इन्ग्रिडच्या घराजवळ अजून एक पांढरा बोका आमच्या स्वागतासाठी सज्ज होता. ॲमस्टरडॅम अडीच दिवसात पूर्ण वसूल करण्यासाठी दुपारी चार वाजताची आम्ही वॉटर कॅनॉल टूर आधीच बुक केली होती. तिथे पोहोचण्यासाठी दोन ट्राम बदलून जावे लागले पण प्रत्येक स्टॉपवर "या पुढची ट्राम नेमकी किती वाजता, किती मिनिटांनी येणार" याचा एक स्क्रीन असल्याने आणि "स्क्रीनवरील वेळेप्रमाणे ट्राम चक्क येत असल्याने" हे सारे सहज शक्य झाले. वॉटर कॅनॉल मधील बोट ही बरोब्बर "हेनिकेन बियर" च्या हेड ऑफिस समोरून सुटते हे तिथे पोहोचल्यावर लक्षात आले.

आमच्याबरोबर त्या दिवशी ॲमस्टरडॅम मध्ये सैर करायला बोटीत माणसेही तुरळकच होती. त्या आरामदायी बोटीमध्ये इंग्लिश मधील कॉमेंट्री

शांत चित्ताने ऐकत ऐकत आमची ॲमस्टरडॅमची सैर चालली होती. ॲमस्टरडॅमचा अनेक घटनांनी खच्चून भरलेला इतिहास आम्हाला बरोब्बर प्रत्येक बिल्डिंग, म्युझियम इत्यादी बाजूला दिसत असताना तसा तसा सांगण्यात येत होता. सतराव्या शतकात डचांचे साम्राज्य त्यांच्या उत्कर्ष बिंदूवर होते. लहानपणी इतिहासात डच लोक मसाले वगैरेंच्या व्यापारात खूप पुढे होते असे वाचले होते. फक्त मसाल्यामध्ये इतका पैसा असू शकतो का? या प्रश्नाचे उत्तर ह्या कॉमेंट्रीत मला मिळाले. ॲमस्टरडॅम हे त्या काळातले हिऱ्याच्या व्यापाराचे महत्त्वाचे जागतिक केंद्र होते आणि बाहेरून येणाऱ्या माणसांचा इथे अविरत ओघ असे. त्यावेळच्या दळणवळणासाठी या "टेरेन ग्राख, प्रिन्सेनग्राख आणि केझरग्राख" नावाच्या तीन कॅनाल्स डचांनी सतराव्या शतकात खोदल्या ज्या अजूनही वापरात आहेत. जवळपास त्याच शतकातल्या शिवाजी महाराजांच्या किल्ल्याला जर आपण केवळ कसेबसे टिकवून ठेवलेले पर्यटन स्थळ म्हणूनच जपून ठेवले असेल तर ह्या कॅनाल्स मधून आम्ही चक्क फेरफटका मारत ॲमस्टरडॅमला पाहत होतो. कॅनालमधून जाताना लगतच्या भिंतीवरील दगडावर असलेले ते प्रचंड आकाराचे जुने लोखंडी साखळदंड बघून माझे मन तीनशे वर्षे मागे गेले. कॅनालला लागून असणाऱ्या साऱ्या वास्तू तितक्याच प्राचीन होत्या. त्या काळचे गर्भश्रीमंत कॅनालला लागून आपली घरे बांधत आणि सरकार कॅनालला तोंड करून असणाऱ्या एकूण एरियावर टॅक्स भरायला लावत असल्याने सारी घरे अरुंद, उंच आणि पाठीमागे जास्त विस्तारलेली होती. आता तेव्हाचे गर्भश्रीमंत जाऊन तिथे कॉर्पोरेट ऑफिसेस आली आहेत परंतु आपल्या दरवाज्यावर आपल्या नावाची पाटी लावायला बंदी असल्याने ह्या साऱ्या वास्तू अजूनही ऐतिहासिक काळातील राजवाडे आणि घरे असल्यासारखेच वाटत होते. कॅनाल मधून केलेल्या या प्रवासात ॲमस्टरडॅममधील यच्चयावत महत्त्वाच्या ठिकांणांचे आम्हाला दर्शन होत होते. इतिहासाच्या पुस्तकात बघितलेले आणि नंतर "पायरेट्स ऑफ कॅरेबियन" सिनेमात स्क्रीनवर हलताना पाहिलेले एक ऐतिहासिक जहाज या प्रवासात दिसले. लाल, हिरव्या, पिवळ्या रंगांच्या त्यावरील नक्षीने आमचे त्याकडे लक्ष

वेधले गेले. हे एक सतराव्या शतकात प्रत्यक्षात वापरले गेलेले जहाज होते ज्याचे आता म्युझियम बनवण्यात आले असून आतमध्ये फेरफटका मारला तर जुना सारा इतिहास इथे मांडलेला होता. तीनशे वर्षात या जहाजावरील अनेक गोष्टी मोडकळीला आल्याने ऐंशी टक्के जहाज जुने नसेलही तरी जुने सारे एवढे जपून ठेवण्याची जिद्द वाखाणण्याजोगी होती.

चिंचोळ्या रस्त्यावर जर समोरून वाहन आले तर दोघेही वाहन चालक सुसंस्कृत असतील तर कसे एकमेकांना मदत करून रस्ता मोकळा करतात, तसेच ह्या बोट चालकाने समोरून दुसरी बोट येते म्हटल्यावर बोट रिव्हर्स वगैरे करून त्याला जाऊ दिले. यावेळी पहिल्यांदा बाजूच्या प्रवाशांवर माझी नीट नजर गेली. एक अरब कुटुंब आमच्या पुढच्या सीट्स वर बसलेले असून पाठीमागे कोरियन दिसणारे एक तरुण जोडपे बसलेले होते. कधी नव्हे ते हिला बोटीवरची वॉशरूम वापरण्याची इच्छा झाली. वॉशरूमच्या स्वच्छतेबद्दलची हिची मते दहशतवादी आहेत. स्वच्छ आणि कोरडी वॉशरूम नसेल तर ती प्रसंगी दहा तास वाट बघेल पण आत शिरणार नाही. बोटीतील वॉशरूममध्ये ती शिरू बघत असताना पाठच्या कोरियन मुलाने "माझे पोट बिघडलेले असून माझ्यामुळे वॉशरूम खराब झाले आहे," हे केविलवाण्या नजरेने तिच्याकडे कबूल केले आणि आत जाऊ दिले नाही. परत येऊन मला हे सांगताना तिला नुसत्या कल्पनेने मळमळू लागले होते. इतिहासात नेणाऱ्या त्या कॅनाल सहलीचा शेवट अशा रीतीने परत वर्तमानात येऊन झाला.

बाहेर पडल्या पडल्या समोरच्या हेनिकेनच्या हेड ऑफिसकडे आम्ही निघालो. तिथल्या टुरिस्टसाठी असलेल्या हेनिकेन बियरचा इतिहास सांगणाऱ्या टूरपेक्षा त्यांचे स्वच्छ टॉयलेट वापरण्यात आम्हाला जास्त इंटरेस्ट होता. हिने जोर लावत उद्या सकाळी पहिली टूर किती वाजता आहे हे विचारायला म्हणून आत शिरून आम्ही वॉशरूमला जायची संधी साधली. हेनिकेनच्या हेड ऑफिस मध्ये वॉशरूमला लागूनच एक भव्य दालन आहे तिथे मोठमोठ्या तसबिरी लावल्या असून हेनिकेन बियर बनवणाऱ्या कंपनीच्या सनावळीसकट साद्यंत इतिहास

आम्ही वाचू शकलो. "सतराशे साली अमुक अमुक माणसाने पहिला बियरचा ग्लास कसा गाळला" इथपासून "आजच्या आधुनिक कारखान्यात आमची बियर कशी बनते?" असे नेहमीचे सारे वाचल्यावर उद्या परत येऊन प्रत्येकी वीस युरो परत हेच समजून घेण्यासाठी न येण्याचा आम्ही एकमताने निर्णय घेतला.

आता ॲमस्टरडॅम मध्ये मस्त संध्याकाळ झाली होती. ट्रीपमध्ये कारण नसताना केवळ काही काम नाही म्हणून जीभ उगाच चाळवत असते. आजही तसेच झाले. बाहेरच्या एका कॅनालवरील ब्रिजवर असलेल्या हॉट डॉगच्या गाडीने आमचे लक्ष वेधले. आपल्या इथे जशा नाक्यानाक्यावर वडापाव वाल्यांच्या, भेळवाल्यांच्या गाड्या असतात तशाच युरोपमध्ये कुठेही जा, अगदी पॅरिसच्या आयफेल टॉवर समोर नाहीतर लंडनच्या हाइड पार्क समोर, स्वस्त आणि मस्त हॉट डॉग तुम्हाला कुठेही मिळेल आणि तिथल्या थंड हवेत मस्टर्ड, चीज आणि टोमॅटोचा सॉस त्यामध्ये भरभरून टाकून तो हॉट डॉग खाण्यात खूपच मजा आहे. ॲमस्टरडॅम मधला हा हॉट डॉग बनवणारा मध्यमवयीन असून चांगलाच बोलघेवडा होता. आम्ही "इंडियन" आहोत म्हटल्यावर "ओ इंडिया!!!" असे मोठ्याने ओरडून त्याने आमचे स्वागत केले आणि आमच्याशी गप्पा मारू लागला. "आता मी कोणत्या देशाचा आहे? ओळखा पाहू" असे त्याने विचारल्यावर, त्याला ही "स्पेन का? इटली का?" असे उत्तर देऊ लागली. अजून दोन-तीन देशाला नाही नाही असे उत्तर देऊन शेवटी त्यांनी सांगितले की "आय ॲम फ्रॉम मोंटेनिग्रो!" अश्या काही नावाचा एक देश आहे याचाच मला या जगात तब्बल साठ वर्षे राहूनही पत्ता नव्हता तर मग त्याच्या राजधानीचे नाव "पोडगोरिका" आहे हे मला कसे माहित असणार?

2018 मध्ये आइसलँडला भटकत असताना, एका भारतीय दिसणाऱ्या मुलीने आमची अशीच दांडी उडवली होती. "सुरीनाम" ह्या तेव्हा न माहीत असलेल्या देशातून फिरायला आलेली ही तरुणी आमच्याबरोबर पूर्ण दिवसभर होती आणि विसरभोळेपणाने आपले सामान प्रत्येक वेळी बसमध्येच विसरे. "सुरीनाम देशात पंचवीस टक्क्याहून जास्त हिंदू राहतात आणि हिंदी भाषा ही

तिथल्या शाळेत अभ्यासाचा विषय म्हणून असते" ह्या तिने दिलेल्या माहितीने मला लहानपणी वाचलेल्या "विचित्र विश्व" या मासिकाची आठवण करून दिली होती. आपलं छान घरदार सोडून माणसं इकडे तिकडे प्रवासाला का निघतात याचं मला तर कोडंच आहे पण आपण जेव्हा एखाद्या टुरिस्ट कंपनीमार्फत त्यांच्याच पिवळ्या, निळ्या टोप्या घालून परदेशात, दुसरीतल्या मुलांना ट्रीप वर बाई नेतात तसे निमूटपणे लाईनीत चालत फिरतो तेव्हा त्या परदेश प्रवासात ना भेटते "मोंटेनिग्रो ना सुरीनाम", हे पॅकी चे म्हणणे तो हॉट डॉग खाताना मला पुन्हा एकदा पटले.

ॲमस्टरडॅमला भेट देण्यामागे हिचा जर काही फोकस अजेंडा असेल तर तो म्हणजे "अँन फ्रॅंकचे घर" पाहणे. ॲमस्टरडॅमला जाऊन जर अँन फ्रॅंकचे घर नाही पाहिले, तर काय पाहिले असे ती मुंबईपासून म्हणत होती. का कुणास ठाऊक तिला मुंबईत बसून अँन फ्रॅंक म्युझियमचे ऑनलाइन तिकीट काही केल्या मिळत नव्हते. म्युझियमच्या साईटवर "फक्त दर मंगळवारी, त्या मंगळवारनंतरच्या सहा आठवड्यानंतरच्या आठवड्याची तिकिटे" मिळतात ही माहिती उशिरा मिळाल्याने ती कासावीस झाली होती. 2017 मध्ये "अँन फ्रॅंक म्युझियम" इतकेच जगप्रसिद्ध असलेले इटली येथील मिलान मध्ये असलेले "लास्ट सपर" चे पेंटिंग बघायला आम्ही गेलो होतो. तिथली ऑनलाइन तिकिटे मिळवण्याची पद्धत अजून वेगळी आहे. "दर तीन महिन्यांनी फक्त एक दिवस" लास्ट सपरवाले ऑनलाइन बुकिंग उघडतात आणि त्या एका दिवसात पुढल्या तीन महिन्यांच्या साऱ्या दिवसांचे बुकिंग पटापट संपून जाते. तो दिवस आणि ऑनलाइन तिकिटाची ती विंडो ओपन होण्यासाठी आम्ही दोघांनीही आमच्या पेशंटना वेटिंग रूम मध्येच ताटकळत ठेवले होते. येशू ख्रिस्ताच्या आयुष्यातला शेवटचा दिवस चित्रित करणारे, चक्क एका भिंतीवर रेखाटलेले, डा वींचीने काढलेले ते चित्र बघायला मिलान येथे लाखो लोक येत असतात आणि त्यावर्षी ते तिकीट मिळवण्यात आम्ही यशस्वी झालो होतो. ह्या वेळेला मात्र अँन फ्रॅंक म्युझियमचे तिकीट तब्बल तीस युरो जास्त मोजून एजंट मार्फत आम्हाला घ्यावे

लागले होते आणि मनात चुकचुकतच प्रिन्सेनग्राखच्या काठावर असलेले अँन फ्रॅंकचे घर शोधायला आम्ही दुसऱ्या दिवशी बाहेर पडलो.

दुसऱ्या महायुद्धाच्या काळात नाझींपासून आपला जीव वाचवण्यासाठी अँन फ्रॅंक आपल्या आई-वडिलांबरोबर तब्बल दोन वर्षे या घरात राहिली होती आणि अखेरीस 4.8.1944 रोजी तिला आणि तिच्याबरोबर राहणाऱ्या बाकी सहा जणांना हिटलरने अखेर पकडले आणि त्यांना "बर्जेन बेल्सन" मधल्या "कॉन्सन्ट्रेशन कॅम्प" मध्ये डांबून टाकले जिथे अँनचा अंत झाला. या दोन वर्षात ज्या घरात राहून तिने आपली डायरी लिहिली त्या घराचे आता म्युझियम बनले आहे. भूतकाळात फ्रॅंक कुटुंबाचे ज्या ठिकाणी अपरिमित हाल झाले आणि नंतर करुण अंत झाला ते ठिकाण पाहण्यासाठी वर्तमानात आम्ही जास्त पैसे भरून तिकीट विकत घेतले होते आणि हातात कोल्ड कॉफी घेऊन गप्पा मारत बसलेल्या टुरिस्टच्या लाईनीत उभे राहिलो होतो. या म्युझियम मध्ये आत शिरल्या शिरल्या आम्हाला आमची हॅवरसॅक, कोट वगैरे चेक इन करायला सांगण्यात आले आणि एक इयरफोन आणि रिमोट घेऊन आम्ही अँन फ्रॅंकच्या घरात शिरलो.

त्याच्या प्रत्येक दालना दालनात, तिच्या आयुष्यात घडलेल्या छोट्या-मोठ्या घटनांचे फोटो बनवून लावले होते. प्रत्येकाच्या बाजूस असलेल्या सेंसर समोर रिमोट ठेवला की त्या प्रसंगाची, त्या जागेची माहिती देणारी कॉमेंट्री सुरू होई. अँनच्या घरातल्या खऱ्याखुऱ्या गोष्टी, अगदी त्यांच्या किचन मधील ओटा, बेसिन, त्या काळातील नळ आणि तोट्यांपासून तिच्या हस्ताक्षरातील लाल रंगाची डायरी सारे काही तेथे होते. बधिर मनाने आणि मूकपणाने आम्ही सारे बघत होतो. इतिहासातील अतिशय दुःखद घटना जेव्हा टाईमपास म्हणून फिरायला म्हणून आलेले टुरिस्ट म्हणून आपण पाहतो तेव्हा ते क्लेशदायक असते. म्युझियम बघताना दुसऱ्या महायुद्धातला तो भयानक नरसंहार समोर पुराव्यानिशी आमच्या समोर उलगडत होता. ह्या आता बनलेल्या टुरिस्ट स्पॉटचा क्लायमॅक्स जेव्हा आम्ही एका जुन्या पुस्तकांच्या कपाटासमोर आलो तेव्हा झाला. अँन

फ्रॅंक, तिचे आई वडील आणि अजून सहा जण या कपाटामागे असलेल्या खोल्यात तब्बल दोन वर्षे लपून राहिले होते. इथे राहत असताना अँनने ऐंशी वर्षांपूर्वी लिहिलेली तिची रोजनिशी, "डायरी ऑफ यंग गर्ल" म्हणून प्रकाशित झाली. ऑटो फ्रॅंकनी, म्हणजे तिच्या वडिलांनी खुद्द ती प्रकाशित केली. मूळ डच भाषेत असलेल्या या पुस्तकाचे अनेक भाषांमध्ये रूपांतर झाले आणि अँन तिच्या मृत्यूनंतर अक्षरशः जगप्रसिद्ध झाली. कपाटामागील ह्या दोन खोल्यांमध्ये जागोजागी "डोन्ट टच हियर" असे लिहिलेले होते. ज्याने मनाला टच केले त्याला शरीराने स्पर्श करायला इथे मनाई होती. जास्त खर्च केलेले युरो विसरूनच आम्ही या वास्तुतून बाहेर पडलो.

दहा दिवसांच्या क्रूझ मधल्या धांगडधिंग्यानंतर शरीर आधीच थकले होते आणि हे म्युझियम बघून आमचे मनही थकून गेले. बाहेर आल्यानंतर रिमोट आणि इयरफोन फेकून देऊन आम्ही जेव्हा म्युझियमच्या शॉपिंग मॉलमध्ये आलो तेव्हाच आम्ही वर्तमानात आलो. काहीही सोसा, शरीराला भुकेचा कधीच विसर पडत नाही. त्यामुळे एक छानसा ॲपल पाय खाऊन आणि वर शुगर वगैरे कंट्रोलमध्ये ठेवायला ब्लॅक कॉफी पिऊन आम्ही अँन फ्रॅंकच्या घरामधून एकदाचे बाहेर पडलो. हातामध्ये असलेले खरेदी केलेले "डायरी ऑफ यंग गर्ल" हे पुस्तकच या म्युझियमची आम्हाला आता सदैव आठवण करून देणार होते.

क्वीन म्हणून एक हिंदी पिक्चर २०१३ साली रिलीज झाला होता. कंगना राणावत त्या पिक्चर मध्ये रानी च्या भूमिकेत होती आणि रातोरात फेमस झाली होती. ह्या पिक्चरने बॉक्स ऑफिस वरती किती गल्ला कमावला याची मला कल्पना नाही पण आमच्या घरातून ह्याने पैसा कमावला याची मला खात्री आहे. पॅकीला हे पिक्चर एवढं आवडलं की तिने हे पिक्चर एकदा माझ्याबरोबर, दोनदा तिच्या मैत्रिणींबरोबर, एकदा एकटीने आणि एकदा आमच्या शेजाऱ्यांबरोबर असे तब्बल पाच वेळा बघितले. आता वीस वर्षांनी सुद्धा कधीही ती थोडीशी डाउन असेल तर स्वतःला अप करायला हमखास "क्वीन" हा पिक्चर लावून आडवी पडते आणि पहिल्या "लंडन ठुमकता" गाण्यानंतर मस्तपैकी झोपून

जाते. त्या पिक्चर मध्ये रानी तिच्या एकटीने एन्जॉय केलेल्या हनिमून ट्रिप मध्ये ॲमस्टरडॅमला भेट देते. तिला मैत्रिणीने दिलेले एक पार्सल "रुकसार" म्हणून कोणालातरी ॲमस्टरडॅममध्ये पोहोचते करायचे असते. जेव्हा रानी आपल्या नव्याने झालेल्या मित्रांबरोबर रुकसारला भेटण्यासाठी तिथल्या रेड लाइट एरियामध्ये पोहोचते तेव्हा तिला "रुकसार" नक्की काय काम करते याचा पत्ता नसतो. निरागसपणे रुकसारला भेटल्यावर स्वतःची ओळख पटवण्यातच राणीचा बराच वेळ जातो. तोकड्या कपड्यामधील रुकसारला सुरवातीला रानी म्हणजे गिऱ्हाईक वाटते पण नंतर जेव्हा ओळख पटते तेव्हा ती तिला म्हणते की "पैसा जब घर जाता है तो वो सिर्फ पैसाही होता है!" हा सारा प्रसंग हिच्या कृपेने गेल्या दहा वर्षे मी मधून मधून बघत आहे.

जेव्हा आम्ही ॲमस्टरडॅम मधील रेड लाईट एरियाला भेट द्यायला म्हणून निघालो तेव्हा मला सुतारामही कल्पना नव्हती की मला काय बघायला मिळणार आहे. मुंबईतला "सुकलाजी स्ट्रीट" बघितल्यावरती अजून काय वेगळं दिसणार? हा प्रश्न मला मनातल्या मनात पडलेला होता. त्या संध्याकाळी दोन-तीन ट्राम्स बदलून आम्ही तिथल्या रेड लाईट एरिया मध्ये पोहोचलो. आत्तापर्यंत खूप छान, खूप स्वच्छ, खूप रुंद असे ॲमस्टरडॅम मधले रस्ते आणि त्या कॅनालस, रेड लाईट एरिया आल्यावर थोड्या खराब, अरुंद झालेल्या दिसल्या. कधी नव्हे त्या कॅनालसना लागून अशाच सोडून दिलेल्या गंजलेल्या सायकली तिथे दिसत होत्या. रात्री सात नंतर तिथल्या गल्ल्यांमधून चालताना बाजूला चालणारी माणसे उगाच अंगावरती आल्यासारखी वाटत होती. आपले पाकीट चोरीला जाणार नाही ना, ह्या विचाराने हात परत परत पोटावरच्या पाऊच कडे जात होता. त्या गल्ल्या एवढ्या अरुंद की महंमद अली रोड नाहीतर काळबादेवीच्या रस्त्यांची आठवण यावी. हिचा कधी नव्हे तो हात धरून चालता चालता, दोन्ही बाजूंच्या दुकानांकडे मी नजर टाकत होतो. या रेड लाइट एरियामध्ये वेश्या व्यवसाय कायदेशीर आहे. इथल्या प्रत्येक वेश्येला, गांजा विकणाऱ्याला, पोर्नोग्राफी दाखवणाऱ्या दुकानांना सरकारची मान्यता आहे. शेकडो विदेशी टुरिस्टच्या गर्दीत इथे फिरताना गुरुदत्तच्या "प्यासा" पिक्चर मधील "जिन्हें नाझ है हिंद

पे" ह्या गाण्याची मला आठवण येत होती. चरसचा सुगंधी वास हवेत दरवळत असताना चालताना अचानक माझी नजर बाजूला काय वळली आणि येणाऱ्या जाणाऱ्याला खुणावणारी जेमतेम अठरा एक वर्षाची अतिशय सुंदर मुलगी खिडकीत उभी असलेली मला दिसली आणि ते बघितल्यावर एकदाचे नक्की पटले की हा इथला रेड लाईट एरिया आहे. काळोख झाला असल्याने तिथून घाईघाईने निघताना पुढची आमची काही मिनिटे ही सुंदर मुलगी सलवार-कमीस मध्ये नाहीतर साडी मध्ये कशी दिसेल ह्या चर्चेत गेली.

ॲमस्टरडॅमचे वर्णन तिथल्या सायकली आणि त्या चालवणाऱ्या बहाद्दरांबद्दल बोलल्याशिवाय कसे पुरे होईल? "सायकल हे इथले प्रस्थ आहे, पंथ आहे आणि परंपरा ही आहे." इथल्या माणसांच्या संख्येपेक्षा इथे सायकली आहेत. एकट्याने, जोडीने किंवा झुंडीने सायकलस्वार इथे सर्वत्र फिरत असतात ट्राम आणि गाडयांच्या बाजूला इथल्या सायकलींसाठी राखून ठेवलेला रस्ता आहे. इथे कुठेही रस्ता क्रॉस करताना आपण तीन रस्ते क्रॉस करत असतो. एक ट्राम चा, एक गाड्यांचा आणि तिसरा अतिशय डेंजरस अशा सायकलचा! ट्राम समोरून येताना चक्क दिसते आणि आपण बाजूला होतो, गाडीसुद्धा जोरात हॉर्न वाजवून आपल्याला पूर्व सूचना देते पण ॲमस्टरडॅम मधल्या सायकली एक अजब प्रकरण आहे. त्या कधी येतात आणि कधी जातात त्याचा काही नेम नाही. ह्या सायकली आपल्याकडल्या रिक्षावाल्यांसारख्या आहेत. त्यांना काही नियम नाहीत. सारे सायकलस्वार अपघात होऊ न देण्याची पूर्ण जबाबदारी त्यांची नसून चालणाऱ्याची आहे असे मानतात. इथे माणसे फक्त सायकल चालवताना किंवा धावताना आढळतात. हातात पिशवी घेऊन नाक्यावरच्या दुकानात भाजी घ्यायला चालत जाताना कोणी दिसत नाही, ऑफिसला शाळा कॉलेजला जायला, मित्र-मैत्रिणींना भेटायला, सारे आबालवृद्ध सायकल वापरतात. कितीही आपल्या अंगावर येत असतील तरी साऊंड पोल्युशन टाळण्यासाठी ते भले माझ्यासारख्या चालणाऱ्यांचे हाड मोडतील पण घंटी वाजवणार नाहीत. ह्या सायकलींना निरनिराळ्या आकाराच्या आणि रंगांच्या ट्रंका, बॉक्सेस, बास्केट पासून, एक माणूस बसू शकेल इतपत मोठी साईड कॅरिअर लावलेलीही मी इथे

बघितले. सायकलस्वार जोडीने किंवा झुंडीने एकमेकांशी गप्पा मारत सायकली चालवताना दिसले आणि रस्त्याच्या कॅनालच्या कडेला शेकडोने पार्क केलेल्या छान सुबक सायकली आम्ही सर्वत्र बघितल्या.

"झांसेशान" हे ॲमस्टरडॅम पासून पंधरा किलोमीटरवर असलेले एक गाव आहे. सतराव्या शतकापासून असलेल्या या गावात एकेकाळी सहाशेहून जास्त पवनचक्क्या होत्या. ज्यात खरेखुरे तेल आणि मसाले कुटले जात. झांसेशानमध्ये आता मात्र केवळ टुरिस्टना दाखवण्याकरता म्हणून असलेल्या दोन चार पवनचक्क्या आहेत. ह्या दोन तासाच्या तद्दन टूरिस्टी टूरवर आम्ही खरे तर अगदी वाट चुकल्यागतच पोहोचलो. ह्या दोन पवनचक्क्या सोडल्या (ज्याच्या समोर सारे अधाशागत फोटो बिटो काढत होते) तर इथला बाकी सारा परिसर वेगवेगळ्या दुकानांनी भरलेला होता जिथे आपण ॲमस्टरडॅमला भेट दिली होती, हे सिद्ध करण्यासाठी सोविनर वगैरेची जोरदार खरेदी चालू होती. तऱ्हेतऱ्हेची चीजेस विकणारे एक दुकान होते, तिथे आत शिरताच चीज कसे बनते याचे प्रात्यक्षिक करून दाखवले जात होते. त्यानंतर दुकानात शिरल्यावर चीज टेस्टिंगसाठी एक काउंटर होते, आलं लसूण पासून व्हिस्की बियरची चव असणारी सारी चीजेस तिथे विक्रीला होती. लग्नापूर्वी गिरगावात वाढलेल्या मला "चीज काय चीज आहे" हे माहितीही नव्हते. दसऱ्या पाडव्याला चक्का आणून घरचे श्रीखंड खाणारे आम्ही. लग्न झाल्यावर बायकोबरोबर घरात चीजही आले. अर्थातच ह्या दुकानात दोन चार किलो चीजची खरेदी झाली नसती तरच नवल!

त्याच्याच बाजूच्या दुकानात लाकडापासून बनलेल्या चपला बुटांचे एक दुकान होते. एक माणूस तोंडावरची माशीही न हलवता लाकडी ओंडक्यापासून मशीनमध्ये वेगवेगळे उपद्व्याप करीत दोन मिनिटात चक्क बूट बनवून साऱ्याना दाखवत होता. दिवसभर "दोन मिनिटात एक बूट" या हिशोबाने किमान शंभर बूट बनवण्यासाठी चेहऱ्यावर निर्विकारता येणार नाही तर काय? असा एक सहानुभूतीपूर्वक विचार माझ्या मनात त्याला बघून आला. त्याचे बूट बनवणे बघितल्यावर सारे टुरिस्ट टाळ्या वगैरे वाजवून नंतर लाकडी बूट, लाकडी

मॅग्नेट्स, लाकडी माळा असे काय काय विकत घ्यायला भटकत होते. आता एखाद दोन लाकडी बूट विकत घेतले जाऊन त्याने घरी जाताना ब्याग फाटतील की काय? ह्या टेन्शनमध्ये मी होतो. बॅगांच्या नशिबाने ही खरेदी काही येथे झाली नाही. बाहेर पडल्यावर लाकडी बुटांचे प्रचंड मोठे गोलाकार असे डिझाईन भिंतीवर बनवलेले आम्हाला दिसले. पवनचक्क्यांच्या पुढे काढलेले फोटो कमी म्हणून की काय लोक ह्या चपलांपुढे उभे राहून फोटो काढत होते. तिथेच बाजूला बालदी एवढ्या आकाराचे दोन लाकडी बूट ठेवले होते. लोक जोडप्याने त्या बुटात पाय ठेवून फोटो काढत होते. हे फोटो काढण्यासाठी आम्ही प्रयत्न करत असताना आमच्या मदतीला चक्क नाशिक मध्ये राहणारा आणि मराठीत बोलणारा सरदारजी आला. "डब्लिन" मध्ये भेटलेल्या "कोल्हापूरच्या सायली" नंतर आज "नाशिक मधला कोणीतरी" भेटला काय आणि भारतातले "महाराष्ट्र" हे सर्वात पुढारलेले राज्यबिज्य आहे, असे मलाही वाटायला लागले.

झांसेशान वरून परत येताना गाडी चालवणारी बाई आम्हाला ॲमस्टरडॅम बद्दल खूप काय काय माहिती देत होती. सारे ॲमस्टरडॅम समुद्रपातळी खाली असल्याने पूर टाळण्यासाठी एकेकाळी इथे कॅनाल खणले गेले, हे भौगोलिक सत्य तिच्याकडून ऐकल्यावर आदल्या दिवशीच्या कॅनाल टूर कॉमेंट्री मधला इतिहासाचा धडा मला आठवला. पण ॲमस्टरडॅम मध्ये सर्वत्र फिरणाऱ्या सायकलस्वारांचे तिने जे गुपित सांगितले ते मला सर्वात आवडले. तिच्या मते, "ध्वनी प्रदूषण किंवा आवाजाचे आणि हवेचे प्रदूषण टाळण्यासाठी सायकली चालवणे वगैरे सगळे वरवर दाखवायला असून खरे तर ॲमस्टरडॅममध्ये राहणारे एकजात चिक्कू असून केवळ पैसे वाचवायला ही लोकं सायकली हाणत असतात."

तीस वर्षांच्या सहल जीवनातील वीस ट्रिपांमध्ये ट्रीपून ट्रीपून एका कोणत्या गोष्टीची जर मी धास्ती घेतली असेल तर ती म्हणजे म्युझियम्स आणि चर्चेसची. त्यातही चर्चमध्ये जाऊन एकदा नमस्कार केला की त्या शांत वातावरणात बसायला टेबलांची सोय तरी असते आणि एक दोन मेणबत्त्या सोडल्या तर

खरेदीचा इथे काही धोका नसतो. ह्या उलट म्युझियम ही फारच क्लिष्ट गोष्ट आहे. पॅरिसचे "लूव्र" आणि "मुझी दॉरसे," न्यूयॉर्कमधलं "म्युझियम ऑफ नॅचरल हिस्टरी," फ्लॉरेन्स मधलं "उफिझी," जीनिव्हामधील "रेड क्रॉस म्युझियम" अशा अनेक म्युझियम मध्ये मी शेकडो किलोमीटरची तंगडतोड केलेली आहे. तिथल्या पेंटिंग्सना, पुतळ्यांना, तलवारी तोफांना, दागिन्यांना, झुंबरांना बघत बघत जाणाऱ्या हजारो टुरिस्टना बघितलेले आहे आणि डोळ्यावर येणारी प्रचंड झोप आवरता आवरता स्वतःला सावरलेले आहे. या अनुभवानंतर ॲमस्टरडॅम येथील "रिक्स म्युझियम" आतून बघायची रिस्क मी घेणे शक्यच नव्हते. रिक्स म्युझियमच्या समोरच एक तलाव असून त्याच्या सभोवती वाळू टाकलेली होती. तिथल्या बाकड्यावर बसून त्या पाण्याकडे आणि वाळूकडे बघत बघत बीचवर गेल्या सारखे बघणाऱ्याला वाटावे म्हणून हा खटाटोप ही मंडळी उन्हाळ्याच्या दिवसात करतात. मीही तसे मानून मग त्यासमोर बसून इकडे तिकडे बघू लागलो. स्थानिक लोकांचे संध्याकाळी भेटण्याचे हे ठिकाण असावे. अनोळखी माणसांच्या त्या भाऊगर्दीत मला एका तरुण मुलाला सायकलवरून तरातरा भेटायला आलेली मुलगी दिसली. त्यांचे दोन तीन मिनिटे बोलणे झाले असेल नसेल पण जाताना तिने आपल्या हातातली अंगठी त्याला काढून दिलेली मला दिसली. आता तिने ती 'मापासाठी म्हणून त्याला दिली, का आता तू परत तोंड दाखवू नकोस' म्हणून दिली, हे मला एवढया लांबून कळेना म्हणून मी खरेच चुकचुकलो आणि तिथून निघालो. अर्थातच रिक्स म्युझियम भोवतीच्या परिसरात फिरल्याने आणि म्युझियमसमोर उभे राहून सेल्फी घेतल्याने पुढच्या महिन्यात कोणालाही त्या रिक्स म्युझियम मध्ये रेम्ब्रँट, व्हर्मीर, वान गॉग आदींची खूप छान पेंटिंग्स आहेत, हे मी बिनधास्तपणे सांगू शकणार होतो.

रिक्स म्युझियमच्या बाहेरील जंक्शनला "मद्रास डायरीज" अशी साउथ इंडियन रेस्टॉरंटची पाटी आम्ही पाहिली होती. ॲमस्टरडॅममध्ये एवढ्या मोक्याच्या ठिकाणी कोणीतरी "मद्रासी अण्णा" आपल्या हॉटेलची जाहिरात करतोय हे बघून माझी "इंडियन कॉलर" आधीच ताठ झाली होती आणि त्यामुळे बऱ्याच ट्राम्स बदलून त्या संध्याकाळी आम्ही "मद्रास डायरी" ला पोहोचलो.

वेगवेगळ्या देशाचे तितकेच वेगवेगळे मेनू देणारी विविध रेस्टॉरंटस लायनीत असलेली ही चिंचोळी गल्ली होती. पहिल्या मजल्यावरची "मद्रास डायरी" त्या दिवशी गिऱ्हाईकांनी पूर्ण भरली होती. फक्त इंडियन टुरिस्ट नाही तर अस्सल स्थानिकांचीही तिथे भरपूर वर्दळ होती. "मसाला डोसा" पासून "चिकन करी" पर्यंत आणि "गुलाबजाम" पासून "गुलाब मिल्क" पर्यंत सारे काही खाण्यास तयार होते. अधाश्यासारखे ऑर्डर केल्याने खाऊन पोट भरले तरी समोरचे भांडे काही केल्या रिकामे होत नव्हते. उरलेले थोडे थोडे चक्क पाव किलो श्रीखंड मावेल इतक्या आकाराच्या डब्यांमध्ये आम्ही पॅक करून घेतले आणि दुसऱ्या दिवशीच्या रात्रीच्या जेवणाची सोय करून घेतली.

हा हा म्हणता ॲमस्टरडॅमवरून निघायचा दिवस उगवला. गेले तीन दिवस आम्ही त्या गल्लीत मागेपुढे इतके वेळा फिरलो होतो की ती गल्ली आता आमचीच गल्ली वाटायला लागली होती. दोन घरे सोडून एका दरवाजासमोर गणपतीची बिन रंगाची, बसलेली, थोडीशी ओबडधोबड मूर्ती कोणीतरी ठेवलेली होती. जाता येता आम्ही त्याला रोज नमस्कार करत असू. शेवटच्या दिवशी आम्ही ॲमस्टरडॅम सोडताना जास्वंद नाही पण बोगनविलाचे एक फूल त्याला वाहिले आणि ट्रीपच्या शेवटच्या मुक्कामाला, लंडनला जायला निघालो.

लंडन

आमच्या तीस वर्षाच्या सहल जीवनातील सर्वात पहिली जी ट्रीप पॅकीला काही प्लॅन करता आली नाही ती म्हणजे आमचा खुद्द हनिमून! आमचे तीर्थरूप म्हणजे आप्पांनी स्वतः महाबळेश्वर येथील गिरिविहार नामक हॉटेलचे श्री करंदीकर यांना पत्र लिहून नी सातशे रुपये भरून ती ट्रीप बुक केली असल्याने पॅकी चा नाईलाज झाला. त्यानंतर तिने जो माझा ताबा घेतला तो मात्र कायमचा! कोणत्याही ट्रीप मध्ये कुठे कुठे तुला जायचं आहे हा तिचा कायमचा प्रश्न असतो आणि माझे मनोमन उत्तर खरे तर घरीच राहायचं आहे कशाला जायचंय हे असले तरी खूप अभ्यासपूर्ण विचार करून काहीतरी उत्तर द्यावे लागते. माझ्या एकट्यावर सोडले असते तर माथेरान महाबळेश्वर शिमला कुलू मनाली च्या पलीकडे माझी मजल गेली नसती. इटलीला जाताना मला पिसा बघायचा आहे हे मी तिला म्हणालो ते केवळ इतिहास भूगोलाच्या पुस्तकातले ते झुकत्या मनोऱ्याचे चित्र आठवल्याने! बाकी आइसलँड ची ठरवलेली अख्खी ट्रिप तिने शेवटच्या दिवशी फिनलंड करून मला नेले असते तरी मला त्याचा पत्ता लागला नसता. या चालू ट्रिप मध्ये ही आपण हॉलंडला कधी जाणार असा नेदरलँड मध्ये बसून मला मनातल्या मनात प्रश्न पडे मग हॉलंड म्हणजे आताचे नेदरलँड हे मला मनावर ठसवावे लागे.

जगाच्या कोणत्याही खंडातला कोणताही देश धरा पण पॅकीला जर कशाचे मनस्वी आकर्षण असेल ते इंग्लंडचे! जर माझे सारे बालपण आणि थोडे तरुण

पण पु ल देशपांडे जीए कुलकर्णी वगैरे वाचण्यात गेले आहे तर पॅकीने अगाथा क्रिस्ती, जेन ऑस्टिन, जॉर्जेट हेयर, बिल ब्रायसन ह्या मंडळींना वाचले असल्याने अर्थातच माझे भाव विश्व व पुणे मुंबई नाशिक नागपूरच्या पलीकडले नाही तर तिला नॉटिंगहॅम हिल, बेकर्स स्ट्रीट आदी रस्त्यावरून भटकण्याची स्वप्ने पडत असतात. आता सांगायला नको की आमच्या प्रत्येक ट्रिपची सांगता लंडन हे शहर घेऊनच होते. ब्रिटिश लोकांनी आपल्यावरती दीडशे वर्षे राज्य केल्यावर समाधान झाले नाही म्हणून की काय त्याचा पुढचा छळ त्यांनी ब्रिटिश विसा काढायला अनंत खटाटोपी आपल्याला करायला लावून अजून चालू ठेवला आहे. ब्रिटिश व्हिसाचे फॉर्म भरता भरता काय नाकी नऊ होतात हे मी पाच पाच वर्षांच्या अंतराने तीनदा अनुभवलेले आहे या विसा फॉर्ममध्ये तुमच्या तीन वर्षाच्या आर्थिक उलाढाली पासून तुमची सारी कुंडली जाणून घेणारा अर्ज एकदा हाती आणि नंतर एजंट मार्फत ऑनलाईन भरून द्यावी लागतो. ह्यांच्या विसाची फी इतर देशांच्या व्हिसा फी पेक्षा बरीच जास्त असून यांनी जगाला लुटण्याचा त्यांचा शतकानुशतकांचा धंदा अजून सोडलेला नाही, हे त्याने सिद्ध होते. यावेळेस इंग्लंडचा विसा घेताना दहा वर्षासाठी अर्ज करू पॅकीने ब्रिटिशांना आणि मलाही चांगला धडा शिकवायचे ठरवलेले होते. दहा दिवस वाट बघून जेव्हा कुरिअर ने एकदाचा व्हिसा घरी आला तेव्हा मी एकटाच होतो म्हणून मिळवली नाहीतर पॅकीने ते पार्सल उघडण्यापूर्वी देवासमोर ठेवून नमस्कार वगैरे केला असता. भरपूर पैसे मोजले असल्याने अर्थातच आम्हाला दोघांनाही दहा वर्षाचा व्हिसा मिळाला आणि आमचा लंडन भेटीचा मार्ग खुला झाला.

तर अश्या ह्या व्हिसाच्या जोरावर ट्रिपचा शेवटचा टप्पा असलेल्या सेंट्रल लंडन मधील "वोक्सॉल" ह्या ठिकाणी आम्ही पोहोचलो. चार मजली इमारतीखालून वर बघत पॅकीने आमच्या एयर बिनबीच्या जमानाला फोन लावला. तिचे बोलणे चालू असताना चौथ्या मजल्यावरच्या बाल्कनीतून एक माणूस बाहेर आला आणि नक्की कोणत्या मजल्यावर जायचे आहे ह्याचा उलगडा झाला. "लूसी" नावाच्या आमच्या यजमानिणीचा हा नवरा असावा, असे मी समजलो. फोनवरील बोलणे चालू असतानाच खालील दरवाजा उघडला

आणि लूसीचा नवरा बाहेर येताना मी पहिले. खालती येऊन पाहुण्यांचे हार-तुरे देऊन स्वागत करणे ही आपली संस्कृती पण लूसीचा नवरा आपल्याला वरती घेऊन जायला येतोय म्हटल्यावर मी तर भारावूनच गेलो. तो थोडा आमच्याजवळ आला काय आणि माझे "भारावून जाणे" जे होते ते चक्क "हादरून जाणे" झाले, "ती खुद्द लूसी होती." अतिशय ओबडधोबड ट्रॅकसूट घातलेली आणि वरती मोठ्या चेक्सचा त्याहून ढगळ रंगीबेरंगी कॉलरवाला शर्ट घातलेली, ज्याच्या बाह्या कोपऱ्यापर्यन्त दुमडलेल्या होत्या, ती लुसीच होती. एक छानसा देवानंदचा वगैरे असायचा, असा केसाचा तुरा तिने काढला होता आणि बाकीचे केस सोल्जर स्टाईलमध्ये कापलेले होते. माझ्या वडिलांच्या फ्रेमची आठवण करून देणारा चष्मा तिने लावला होता. लुसीने आमचे भरभरून स्वागत केले आणि आमचे सामान दोन्ही हातात उचलून ती जिनेही चढू लागली आणि वर पोहोचल्यावर सारे सामान आमच्या रूममध्ये टाकून मगच आमच्याशी बोलू लागली, जवळपास आमच्याच वयाची असणारी लूसी अगदी बोलघेवडी होती.

ती स्वतः ऑपरेशन थेटरमध्ये काम करणारी तज्ञ नर्स असून जवळील सेंट थॉमस हॉस्पिटलला ती रोज सायकल चालवत जाते हे तिने पहिल्या पाच मिनिटात सांगून टाकले. ती बाहेर पडल्या पडल्या आधी ठरल्याप्रमाणे पॅकीच्या लंडनला राहणाऱ्या भाच्या कडे कसे जायचे हे गुगल मॅप वरती शोधणे सुरू झाले. त्याच्याकडे जाण्यासाठी कोणत्या नंबरची बस चालेल हे लूसीने ठेवलेल्या पॉकिट टाइम टेबल वरून शोधून आम्ही लगोलग बाहेर पडलो.

तिच्या भाच्याने, नितीनने त्या संध्याकाळी आम्हाला "हँपस्टेड हीथ" येथे नेण्याचा बेत आखला होता. हँपस्टेड हीथ ही जवळजवळ आठशे एकर वर पसरलेली लंडनला लागून असलेली गवताळ जागा आहे. बऱ्यापैकी उंचावर असल्याने इथून तुम्हाला सारे लंडनही दिसते आणि आपल्याला समजायला सोपे जावे म्हणून तिथे साऱ्या महत्वाच्या ठिकाणांचा मोठा नकाशा ही लावलेला आहे. लंडनकरांचे हे शनिवार- रविवार फिरायला यायचे ठिकाण असल्याने नितीनबरोबर इथे फिरताना आम्हाला घटकाभर लंडनवासी झाल्यासारखेच

वाटले. हँपस्टेड हीथचे अजून एक वैशिष्ट्य म्हणजे या परिसरातील गर्द झाडीमागे दडलेल्या टुमदार बंगल्यांमध्ये लंडनमधील गर्भश्रीमंतच राहू शकतील असे इथल्या जमिनीचे भाव आहेत. तो निसर्गाने आणि पैशांनीही श्रीमंत परिसर फिरल्यावर रात्री "स्पॅनियाड इन" नावाच्या पबमध्ये नितीनने आम्हाला जेवायला नेले. हा एक अतिशय जुन्या काळापासून असलेला "फॅमिली पब" आहे. तिथे पहिल्या मजल्यावर नितीन मुद्दामून आम्हाला घेऊन गेला. तिथे मांडलेल्या टेबलावर कोणत्या खुर्चीवरती एकेकाळी "चार्ल्स डिकन्स" बसला होता आणि कोणत्या टेबलावरती "जॉन कीट्स" बसला होता हे सारे आत्ताच तर हे इथे बसलेले होते आणि कधीही परत येतील, या थाटात त्यांच्या नावांचे लाकडी ठोकळे मांडून दाखवले होते. पंधरा दिवस परकीयांच्या सहवासात घालवल्यानंतर नितीन आणि त्याच्या बायकोमुलाबरोबर घालवलेली ती संध्याकाळ जणू परत भारतात आल्याचा भास करून देणारी होती.

दुसऱ्या दिवशी सकाळी लूसीच्या घरी जेव्हा जाग आली तेव्हा लक्षात आले की या रूममध्ये ना चहाची किटली आहे ना कप बशी आहे. घरून आणलेली प्रीमिक्स चहाची पाकिटे भले आमच्याकडे असतील पण गरम पाणी नसेल आणि कप बशी नसेल तर त्याचा काय उपयोग असा प्रश्न आम्हाला पडला. जेव्हा पाच मिनिटांनी आम्हाला "गुड मॉर्निंग" करायला लूसी आली तेव्हा आम्ही कपबशी आणि पाणी गरम करायला किटलीची मागणी केली, तेव्हा तिचा चेहरा आम्ही जणू तिच्याकडे भल्या सकाळी "चंद्र" मागतोय आणि तो कसा बरे देऊ? असा झाला. तिच्याकडे आधी राहिलेल्या कोणा पाहुण्याने तिची चहाची किटली गरम करताना साऱ्या घराचे "शॉर्ट सर्किट" झाल्याने आणि भरीसभर म्हणून तिच्या कपाचा कान तोडल्याने तिने हे सर्व सामान रूममध्ये ठेवायचेच बंद केले होते. हे सारे साहित्य "एअर बीएनबी" च्या रूममध्ये किमान आवश्यक आहे असे बोलून तिच्याशी वाद घालण्यात काहीच अर्थ नव्हता. त्यामुळे सकाळी चहा वगैरे घेतल्याशिवाय आमची भारतीय पोटे साफ होणार नाहीत, हे तिला समजावून सांगून दयेपोटी तिला सारे देण्यास आम्ही भाग पाडले. त्या नंतरचे तीन दिवस तिने दिलेल्या कपबशा तिच्या चिंचोळ्या बाथरूममध्ये धुताना "माझ्या हातात

कपबशी नसून लुसीचे काळीज आहे" एवढ्या काळजीपूर्वकरित्या मी हाताळत असे आणि लगोलग तिथल्या कमोड वर बसत असे. लूसीच्या कमोडच्या उजव्या बाजूला भगवद गीता, उपनिषदे वगैरे मधील एक एक श्लोक लिहिलेले ३६५ पानांचे मोठे जाड्या कवरचे पुस्तक होते. या ग्रंथांव्यतिरिक्त अवतीभवती साऱ्या भिंतीवरच्या प्रत्येक लादीवर पोस्टर, फोटो मॅग्नेट्स वगैरे लावली होती. या तीन दिवसात ह्यातील एखादे स्वतःची लुंगी सावरताना पडणार नाही ना, याची मला भीती वाटायची. लूसीच्या बाथरूमचा दरवाजा अतिशय अरुंद असून दोन दोन भागांचा बनलेला होता व त्याला अतिशय नाजूक अशी खिटी होती जी बाहेरून थोडे ढकलले तर आतून सुटेल काय याची भीती वाटायची. पहिल्या दिवशी आंघोळ करताना बाजूलाच असलेल्या वोक्सॉल शाळेतल्या मुलामुलींचा मधल्या सुट्टीतला गोंधळ ऐकताना आणि पाण्याचा शॉवर वापरताना माझ्या हातून प्लास्टिकची चिकटपट्टी लावलेले त्याचे हँडल तुटले. मग पुढील तीन दिवस शरीराचा एखादा भाग ओला नाही झाला तरी चालेल पण शॉवरला हात न लावता, आपणच त्याच्याखाली पाठ-पोट वेडेवाकडे हलवत आंघोळ करायची हे मी ठरवून टाकले.

१९९० मध्ये लग्नानंतरच्या सुरुवाती सुरुवातीच्या काळात माझे फोर्ट मधील सेंट जॉर्ज हॉस्पिटलमध्ये बरेचदा जाणेयेणे होई. तेथील व्ही.टी. स्टेशन समोरच्या गल्लीमध्ये "हाईड पार्क" नाव असलेले एक रेस्टॉरंट होते. पहिल्यांदा जेव्हा त्या रेस्टॉरंटमध्ये आम्ही गेलो होतो तेव्हा तिथले सूप पिता पिता, "लंडनमध्ये किनई एक हाईड पार्क आहे आणि मला तिथे एकदा जायचंय!" असे पंचवीस वर्षाची पॅकी पहिल्यांदा मला म्हणाली होती. पॅकी ही उपाधी त्यावेळी तिला मी बहाल केलेली नसली तरी पुढच्या साऱ्या सहल जीवनाची ती भविष्यवाणी होती हे म्या पामर जाणत नव्हतो. आजचा दिवस लंडन मधील हाईड पार्क मध्ये जाण्याचा होता. वेस्ट मिनिस्टर मधले तब्बल साडेतीनशे एकर मध्ये पसरलेले, अनेक छोट्या मोठ्या नाग मोडी तलावांनी विभागले गेलेले हे प्रचंड मोठे उद्यान आहे. लंडन मधील जवळपास तीन हजार उद्यानांपैकी असलेले हे एक उद्यान! चारशे वर्ष जुन्या असलेल्या या पार्कची अजूनही तेवढीच निगा राखली जाते. भल्या

पहाटे पाच वाजल्यापासून मध्यरात्रीपर्यंत सर्वांना खुले असणारे हे उद्यान पूर्णपणे अनुभवायला खरेतर दोन पूर्ण दिवस हवेत. इथे येणाऱ्या जाणाऱ्या माणसांना बघण्यात त्यांचं निरीक्षण करण्यात तुमचा सारा दिवस जाऊ शकतो. आम्ही हाईड पार्कमध्ये अनवाणी पावलांनी चालू लागलो तेव्हा माणसे कमी होती, असे अजिबात नाही परंतु ह्याचा पसाराच अवाढव्य असल्याने इथे प्रत्येकाला शांतता आणि एकांत मिळू शकतो. एका मोठ्या बुंध्याच्या झाडाखाली सुकलेल्या पानांच्या थरावर आम्ही मस्त आडवे होऊन वरच्या निळ्या आकाशाला बघू लागलो. खूप लांब वरून वेस्ट मिनिस्टरच्या गजबजलेल्या रस्त्यावरच्या वाहनाचे क्वचित आवाज ऐकू येत होते. चांगले ऊन असलेला तो दिवस असल्याने लंडन वासियांच्या दृष्टीने आम्ही भाग्यवानच होतो. एकमेकांशी अक्षर ही न बोलता जमिनीवर आडवे पडून घालवलेला तो अर्धा तास पूर्ण दिवसागत मला वाटला. मातीशी एवढे जवळ असताना कुसुमाग्रजांच्या मातीची दर्पोक्ती ह्या कवितेतील «मातीवर चढणे एक नवा थर अंती» ही कविता आठवली. जगात कुठेही जा, खालची जमीन आणि वरचे आकाश तर सारखेच असते ह्या जाणिवेने भर लंडनमध्ये असूनही अगदी आपल्या मातीत असल्याचा मला भास झाला. या तंद्रीतून मी जागा झालो आणि जेव्हा आजूबाजूला नजर टाकली त्यावेळी उजवीकडे एक व्यक्ती मक्का मदिनाच्या दिशेने तोंड करून नमाज अदा करत होती. डाव्या बाजूला इतका वेळ चित्र काढणारा तो कलाकार हळूच एका झाडाच्या आडोश्याला जाऊन लोकांची नजर चुकवून निसर्गहाकेला ओ देत होता. मी जागा आहे म्हटल्यावर इतक्या वेळ शांत असलेल्या पॅकीने तिचे चौफेर दिशांनी फोटो काढण्याचे मला लाडिक आवाहन केले. लोकं तप करायला हिमालयात का जात असत याचे कारण मला उलगडले आणि तत्परते स्वतःबरोबर साधलेले तादात्म्य झटकून मी पॅकीबरोबर मार्बल आर्च येथील "फ्रेमलेस" नावाचे प्रदर्शन पाहायला निघालो.

चाळीसहून अधिक कलाकृतींचे हे प्रदर्शन बघायला त्या अत्यानुधिक बिल्डिंगमध्ये जेव्हा शिरलो तेव्हा उजव्या बाजूला तिकिटांचा काउंटर आम्हाला दिसला. तेथील व्यक्तीने आम्हास काउंटर उघडा आहे पण तिकीट मात्र

ऑनलाईन घ्यावे लागेल असे मख्ख चेहऱ्याने सांगितले. मी एकटा चुकून माकून लंडनला आलो असतो तर तिकीट काढण्याचे सोडा, त्या बिल्डिंगमध्येही शिरलो नसतो. पण पॅकीबरोबर असल्याने तिने तत्परतेने त्याच्या साईटवर जाऊन क्रेडिट कार्डचे ओटीपी वगैरे मिळवून पुढच्या पंधरा मिनिटात आमचं तिकीट तर काढलेच वर आमच्या पुढे असणा-यांही तिकीट काढण्यास मदत केली. या "फ्रेमलेस" प्रदर्शनाने खरे तर आम्हाला फार मोठा धक्का दिला. संध्याकाळी सहापर्यंत चालू असणाऱ्या या प्रदर्शनात बघायला बघायला म्हणजे काय असणार? असा विचार करुन पहिला दीड तास आम्ही त्यांच्या रेस्टॉरंट मध्ये घालवला. त्यानंतर जेव्हा त्यांच्या दालनात फिरायला लागलो तेव्हा एक नविनच जग आमच्या पुढे मांडून ठेवले होते. प्रचंड आकाराच्या दालनामध्ये ज्याच्या चारीही भिंती आणि छतही आणि खालची जमीनही काचेसारखी असून त्या स्क्रीनवरती आम्हाला न दिसणाऱ्या प्रोजेक्टरमधून रंगांची, चित्रांची, पक्ष्यांची वेगवेगळ्या भौमितिक आकृतींची चलतचित्रे ओघळत होती. आमच्या आधी आलेले अनेक जण तिथे खालती बसून, पाय लांब ताणून एकटक त्या चमत्काराकडे बघत होते. क्षणात माणसे, क्षणात पक्षी, क्षणात प्राणी, क्षणात नुसत्याच कॅलिडोस्कोपमध्ये दिसतात तश्या नक्षी म्युझिक ट्रॅकशी संगती साधत आमच्यासमोर पटापट पूर्ण दालनाचे रूप पालटत होत्या. त्या एकाच दालनात वीस मिनिटे आम्ही मंत्रमुग्ध होऊन बसलो होतो. भानावर आलो तेव्हा लक्षात आले की अशीच अजून तीन दालने आपल्याला बघायची आहेत. "इमारसीव आर्ट" म्हणून ओळखले जाणाऱ्या या कलाप्रकारात बघणारी व्यक्ती ही जणू त्या कलेचा भाग होऊन जाते, अशी याची कल्पना आहे. एखादे रंगवलेले चित्र आपण नुसते बघत नसावे तर बघता बघता ते चित्र काढण्याच्या प्रक्रियेचा आणि चित्राचाही भाग बनून जावे अशी ही टेक्नॉलॉजीची किमया आहे. ह्याच्या सर्वात शेवटच्या दालनात शिरलो तेव्हा सगळया बाजूंनी प्रचंड खवळलेला समुद्र आमच्या पायाकडून, बाजूच्या भिंतीवरून, वरच्या छताकडे लाटालाटांनी धडकत होता. त्यात मध्ये एक गलबत सापडले असून त्यामधील खलाशी मोठ्या दोरखंडांच्या मदतीने त्याचे बुडत जाणारे शीड परत परत वरती खेचून

आणताना दिसत होते आणि ते गलबत कोणत्याही क्षणी आता बुडणार, असे वाटून मन घाबरायला लागणार इतक्यात समोरचे पूर्ण चित्र बदलून तिथे आता लांब लांब पसरलेले वाळवंटातल्या वाळूचा भास व्हावा, असे दृश्य दिसू लागले. साऱ्या दालनातील ही अजब दुनिया एकदा डोळ्याने बघून, दुसऱ्यांदा मोबाईल मध्ये व्हिडिओत रेकॉर्ड करून आम्ही साठवत होतो. सहा वाजले तेव्हा आम्हा दोघांना त्या दालनातून सुरक्षा रक्षकांना चक्क खेचून बाहेर काढावे लागले. त्या चार दालनात मांडलेल्या मोने, वान गॉग, रेम्ब्रँट, कॅनलेटो, साल्वाडोर डाली आदी कलाकारांच्या अजरामर कलाकृतींना वेगळ्या त-हेने जिवंत केलेले त्या दिवशी आम्ही पाहिले.

एकोणिसाव्या शतकापासून अव्याहत चालू असणारी लंडनची बससेवा मला आवडते ती जागोजागी दिसणाऱ्या तिथल्या डबलडेकर बसमुळे. मुंबईतील बेस्ट कंपनी तिच्या डबलडेकर बस हळूहळू कमी कमी करत असली तरी एकेकाळी गिरगाव ते एल्फिन्स्टन कॉलेज हा प्रवास १३५ नंबर बसने, त्याच्या वरच्या मजल्यावर अगदी पुढच्या सीटवर बसून मनातील स्वप्ने रंगवत केलेला अजून आठवतो. सहाशेहून जास्त रूटवर धावणारी लंडनची बस सर्विस या वेळच्या वास्तव्यात आम्ही मनमुराद वापरली.

२०१० मध्ये जेव्हा पहिल्यांदा लंडनला भेट दिली तेव्हा आम्ही चक्क "वर्जिनिया वॉटर्स" या उपनगरामधून रोज लंडन बघायला त्यांच्या थ्रू ट्रेनने प्रवास करत असू. हे म्हणजे "एखाद्याने मुंबईतला गेटवे ऑफ इंडिया, फाउंटन बघायला रोज पालघर वरून येण्यासाखे" होते. ह्या वेळेस मात्र "वोक्सल" येथे राहत असल्याने एक दिवस ह्यांच्या बसेस उलट्या उलट्या वापरून पूर्ण लंडन बघायचे असे आम्ही ठरवले. हे करताना असे लक्षात आले की, कोणताही वेगळा दिवसाचा पास वगैरे घ्यायची गरज नाही. तुमचे क्रेडिट कार्डच तुम्ही स्वाईप करू शकता आणि "एका दिवसात जर तुमचे पाच पाउंड एकदा का स्वाईप झाले की त्यापुढील त्या दिवसाचे सारे बसचे प्रवास, तुम्ही ते कितीही करा, पुढे तुमच्या क्रेडिट कार्ड मधून पैसे डेबिट होत नाहीत." हे सर्व पहिल्या दिवशीच उमगल्याने आमच्या लंडन बस वापरण्याला काही धरबंधच उरला नाही. तिच्या भाच्याकडे वरचेवर गेल्याने काही बस ड्रायव्हरही आमच्या ओळखीचे झाले. हे क्रेडिट कार्ड स्वाईप करताना एखादे कार्ड कधीकधी दगा देत असे. मग त्या कार्डाचा सेन्सर वरती पी sss असा आवाज होईस्तोवर आम्ही खजिल होऊन इकडे तिकडे बघत असू आणि वेगवेगळ्या ड्रायव्हरच्या चेहेऱ्यावरचे हावभाव बघून नी त्यांच्या प्रतिक्रिया बघून नंतर हसत असू. नंतर नंतर तर कोणते क्रेडिट कार्ड दगा देणार याबद्दल आम्ही एकमेकातच बेटिंग करायला लागलो. तिच्या भाच्याकडून वोक्सवलला लूसीच्या घरी येता जाता लांबलचक "एजवेअर रोड" नावाचा रस्ता लागे. अरब, इराकी, ईजिप्शियन लोकांची वस्ती असलेल्या ह्या वस्तीला, लंडनवासी म्हणे "लिटिल कैरो" म्हणतात. या रस्त्यावरच्या दुकानांच्या अरबी भाषेतल्या पाट्या बघून आणि कबाब आदींचे वास घेऊन आणि अतोनात गर्दी बघून चक्क मुंबईतल्या मोहम्मद अली रोडची आठवण होई आणि आता इथे रस्त्याच्या मध्येच एखादी मशीद वगैरे दिसेल की काय असे वाटून जाई. ज्या दिवशी हमासने इस्रायली नागरिकांवर दहशतवादी हल्ला चढवला त्या दिवशी तिच्या भाच्याने आम्हाला रात्रीचा तो प्रवास बसने करू दिला नाही आणि एका अर्थी आम्हाला टूरिस्टी जगातून खऱ्या जगात आणले.

लंडनच्या या चौथ्या ट्रीपमध्ये आम्ही भले "थेम्स" नदीवर नाही तर त्या "बिग बेन" ला किंवा प्रसिद्ध "लंडन आय" ला भेट दिली नसेल पण ऑक्सफर्ड स्ट्रीटवरील प्राईमार्क, सेल्फीजेस आणि हेरॉड्स ह्या प्रचंड स्टोअर्सला मात्र भेट दिली. हेरॉड्स मध्ये विकायला ठेवलेल्या प्रत्येक गोष्टीची किंमत अक्षरशः हॉरिबल आहे. तिथल्या मॅनीक्वीननी घातलेल्या एका सँडल्सच्या जोडाची किंमत लाखाच्या घरात आहे, हे बघून एकाच पायात चप्पल घालून फिरायला कसे वाटेल असा विचार माझ्या मनात आला. हेरॉड्सच्या स्टोअर मध्ये फिरताना तिथली निर्मनुष्य शांतता बघून बाहेर पडताना, "आत शिरल्याचे हे आपले तिकीट तर फाडणार नाहीत ना?" अशी भीती मला वाटली. हेरॉड्सनंतर "प्राईमार्क" चा अनुभव म्हणजे एखाद्या पॉश मॉलमधील "शॉपिंग सेंटर" मधून पुढच्या पावलाला "सहकार भंडार" मध्ये शिरण्यासारखाच होता. प्राईमार्कच्या सर्व सेक्शनमध्ये त्यादिवशी तुडुंब गर्दी होती. तिथल्या कॅश काऊंटरवर पूर्वी रेशनच्या दुकानासमोर साखर आणि तांदूळ घ्यायला लागायच्या तशा लाईनी होत्या. काउंटरवरचे सारे भारतीय, पाकिस्तानी आणि बांगलादेशी कॅशियर पूर्णपणे बिझी होते. ख्रिसमसला तीन महिने दूर असूनही यांची खरेदी सुरू झाली होती. पॅकीच्या हॉस्पिटल मधील स्टाफ नर्सच्या पुण्याला ब्युटी पार्लर चालवणाऱ्या भाचीला, जेव्हा आम्ही लंडनला जाणार आहोत, ही बातमी कळली तेव्हा तिने, इथल्या प्राईमार्क सारख्या एखाद्या दुकानातून तिला पुण्याच्या बायांच्या चेहऱ्यावर लावायला काहीतरी ब्युटी सामान आणा, अशी फर्माईश केली होती. मग पुण्याच्या बायका सुंदर दिसण्यासाठी लंडनमधील प्राईमार्कमधील आयशॅडो, नेलं पॉलिश, वेगवेगळ्या क्रीमच्या भल्या मोठ्या रांगांमधून माझी नाईलाजाने पॅकीबरोबर भटकंती सुरु झाली. अशी या लंडनच्या शॉपिंग डिस्ट्रिक्ट मधल्या स्टोअर्सची महती!

लंडनला गेलो आणि विंडसरला चक्कर मारली नाही म्हणजे जणू माझ्या काकाने गिरगाव आंग्रेवाडीत माझ्या वडिलांना भेटल्यावर नंतर मुगभाटातल्या माझ्या आत्याकडे न जाण्याइतकेच पॅकीच्या दृष्टीने आश्चर्यकारक होते. गेल्या चार लंडन ट्रिपमध्ये प्रत्येक वेळेला विंडसरला तिने अक्षरशः मला खेचून नेले आहे.

एवढेच नव्हे तर त्यातील दोन वेळा तिथे राहण्यास भाग पडले आहे. "विंडसर" हे इंग्लंडच्या राणीचे मूळ गाव. तिथल्या अकराव्या शतकात बांधलेल्या घरी, राणी लंडनच्या महालांना कंटाळली की येते. तिच्या सारखेच आम्हीही मग लंडनच्या "वॉटर्लू" स्टेशनवरून निघणारी ट्रेन पकडून ह्या वेळीही सालाबादप्रमाणे तिथे जायला निघालो. दीड तासाच्या या प्रवासात आमच्या कंपार्टमेंटमध्ये तुरळकच माणसे होती. त्यांच्या त्या सुंदर लाल- निळ्या कव्हर असणा-या सीट्सवरती आम्ही दोन वेगवेगळ्या खिडक्या पकडून बसलो. वॉक्जॉल, कॅप्लम जंक्शन, रिचमंड अशी स्टेशने घेत घेत आणि लंडनच्या आसपासची गावे दाखवत दाखवत ट्रेन विंडसरला आम्हाला घेऊन चालली होती. विंडसर गावाच्या स्टेशनचे नाव "विंडसर अँड इटोन जंक्शन" असे आहे. तिथे पोहोचल्यावर आमच्याबरोबर सायकली वगैरे घेऊन ट्रेनने आलेले काही प्रवासी ही उतरले.

या सुबक शहरातील रस्ते, दुकाने, आईस्क्रीम पार्लर सारे काही सुबक आहे. कुठेही घाणीचा स्पर्श नाही आणि गाड्यांचा गोंगाट नाही. राणीच्या किल्ल्यासमोर एक छोटी गल्ली आहे. इथून सरळ आत गेलात की दोन्ही बाजूला राणीच्या घरात काम करणाऱ्या नोकरांची घरे लागतात. शेकडो वर्षे जुने असलेले चिमुकले "सेंट जॉर्ज चॅपल" लागते आणि अचानक आपण "लॉन्ग वॉक" इथे पोहोचतो. राणीच्या किल्ल्याच्या दरवाज्यापासून, तांब्याच्या घोड्याच्या पुतळ्यावर बसलेल्या जॉर्ज तिसराच्या पुतळ्यापर्यंत जाणारा "लॉंग वॉक" हा एकदातरी अनुभवण्याजोगा रस्ता आहे. एकावेळी एकच वाहन जाईल इतका तो अरुंद आहे आणि दाट हिरवळीवर कोणीतरी रिबीन टाकल्यागत तो दिसतो आणि तुम्ही त्यावर लांब नजर टाकाल, तर तो रस्ता तुम्हाला अक्षरशः क्षितिजाकडे पोहोचतोय असे वाटते. आमच्या पहिल्या भेटीत तर हे दोन अडीच मैलाचे अंतर पायी चालून आम्ही त्या तांब्याच्या घोड्याला हात लावून "हॅलो" ही म्हटले होते. खरे तर ब्रॉन्झने घडवलेल्या या घोड्याच्या पुतळ्याला "कॉपर हॉर्स" का म्हणतात? हे एक कोडेच आहे. या तथाकथित कॉपर हॉर्सवरती तिस-या जॉर्जचा पुतळा आहे, जो बनवायला इतकी वर्ष गेली की तो शेवटी चौथ्या जॉर्जच्या कारकिर्दीत पूर्णत्वास आला आणि एवढे करून आज हे

स्मारक वरती बसलेल्या तिस-या जॉर्जपेक्षा "कॉपर हॉर्स" म्हणूनच ओळखले जाते. यावेळेस आम्ही लॉंग माइलवर न चालता तिथल्या हिरवळीवरती नुसतेच आडवे पडलो होतो. कधी नव्हे ते त्या अरुंद रस्त्यावर आज गाड्यांची लाईन लागली होती. राणीच्या प्रवेशद्वाराजवळ तिथले रुबाबदार वेशातले पहारेकरी प्रत्येक गाडीची कसून तपासणी करून मगच आत सोडत होते. ह्या गाड्यातून उतरणाऱ्या बायकांचा नट्टापट्टा असा होता की जणू राणीने यांना तिच्या हळदी कुंकू समारंभास बोलावले असावे. आमची ही विंडसरची खरे तर चौथी खेप पण टुरिस्ट तिकीट काढून आम्ही अजूनही राणीचा हा महाल आतून बघितलेला नाही. आता तर म्हणे पन्नास का शंभर पाउंड फी भरून कोणालाही लंडन मधला "बकिंगहम पॅलेस" ही बघता येतो. पण स्वतःचे पैसे खर्च करून दुसऱ्याच्या घरातली श्रीमंती बघायला का जावे? असे म्हणणारा "कोकणस्थी बाणा" मला तिथेही फिरायला देत नाही. विंडसरच्या या जगप्रसिद्ध महालाला लागून "द टू ब्रुवरस" म्हणून एक अठराव्या शतकातला मस्त पब आहे. राणीचा महाल आतून न बघून वाचवलेले दहा पौंड मी या पब मध्ये, दोन पाईंट बिअर पिऊन ह्याही वेळी सत्कारणी लावले. यावेळी महालाच्या एक दोन बुरुजांची दुरुस्ती चालू होती. तिथल्या खड्ड्यांना सांभाळात सांभाळत आम्ही नंतर विंडसरच्या मेन रोडवरील स्टारबक्समध्ये शिरलो. या पूर्ण ट्रिप भर "आईसपम्पकीन लाते" हे पॅकीचे आवडते पेय आहे. मसालेदार भोपळ्याचा स्वाद असणारी ती कॉफी कशी लागत असेल? हे पिऊन बघायचे मी बरेच दिवस टाळत होतो. विंडसरच्या या स्टारबक्स मध्ये रस्त्यावरच्या कॉर्नरला गिटार वर जुनी इंग्लिश गाणी वाजवणाऱ्याला ऐकत मी त्या कॉफीची प्रथम चव घेतली आणि हे "थंड लाते लागते छान" हे कळले.

विंडसरच्या आमच्या पहिल्या वहिल्या ट्रीपला तिथल्या एका दुकानात झालेली लोशन, परफ्यूम आणि क्रीमची खरेदी मी कधीच विसरणार नाही. त्या दुकानातला पावडरचा सुगंधी वास आणि गुलाबी फुला फुलांचे डिझाईन असणारे बॉक्सेस अजूनही माझ्या स्मरणात आहेत. त्यावेळेस आम्ही खरेदी केलेली क्रीम्स आणि पावडरचा धसका घेऊन बहुधा त्या दुकानदाराने आपले

दुकान आम्ही पुढच्या वेळेस गेलो तेव्हा कायमचे बंद केलेले आढळले. यावेळी त्या पहिल्या ट्रीपच्या अतोनात खरेदीची एक छोटी आठवण म्हणून तीच गुलाबी गुलाब फुलांचे डिझाईन असलेली क्रीमची क्युट बाटली पॅकीने दुसऱ्या दुकानातून विकत घेतली आणि त्याचा वास घेत घेत आम्ही लंडनला परत निघालो.

शेवटचा दिवस

लंडन "हीथ्रो" वरून संध्याकाळी सहा वाजता मुंबईसाठी निघणारे "एअर इंडिया" चे विमान पकडण्यासाठी आम्ही पहाटे पाच वाजताच लुसीच्या त्या छोट्या रूममध्ये सगळ्या बॅगा, पोटाचा कोथळा बाहेर काढल्यागत उघड्या टाकून त्याचे रणांगण केले होते. पंधरा छोट्या मोठ्या पेपरच्या ब्यागेत गेल्या वीस दिवसात केलेली खरेदी "पॅकी" साऱ्या बॅगांमध्ये कुठे कुठे खुपसत होती. आजच्या साऱ्या पॅकिंगचा उद्देश एकूणएक सामान परत बॅगेत टाकणे, आतली कोणतीही तकलादू गोष्ट प्रवासात फुटू न देणे आणि काहीही झाले तरी हॅन्ड बॅगेत कोणतीही आक्षेपार्ह गोष्ट विमानतळावरील त्या स्कॅनरमध्ये मिळू न देणे, इतकाच होता. हे सारे झाल्यावर चुकूनमाकून लुसीच्या घरातली एखादी गोष्ट आपल्या सामानात मी पॅक केलेली तर नाही ना, हे मी बघितले आणि बाहेर पडण्याचा तो क्षण आला.

परतीच्या प्रवासाला आता सुरवात होणार होती. लूसी तोंड भरभरून "कम अगेन टू लंडन" अस सांगत होती. आता घराबाहेर पडताना हातावर दही ठेवण्याचे तेव्हढे बाकी होते. पॅकीच्या एका हातात तिची टरटरा फुगलेली हँडब्याग होती आणि दुसऱ्या हातात इथेच नव्याने जन्माला आलेली बॅग होती. लूसी आणि ही जणू जन्मोजन्मीची मैत्री असल्यागत गप्पा मारत जिने उतरू लागल्या. त्यांच्या पाठोपाठ मी दोन्ही हातात दोन बॅगा डोंबाऱ्यागत बॅलन्स करत अधिक एक हॅवर सॅक पाठीवर घेऊन घराच्या ओढीने भरभर जिना उतरू

लागलो आणि एका क्षणाला माझी पायरी चुकून, माझी पावले तीन-चार पायऱ्या चुकवत, मी दोन्ही बॅगांसकट थडथड करत घसरलो आणि पूर्ण आडवा झालो. खाली पोहोचलेल्या लूसी आणि पॅकी त्या मोठ्या आवाजाने घाबरून परत वर आल्या. मी आडवा झालेला आणि पायातून प्रचंड वेदना होत असलेल्या अशा अवस्थेत मला बघून त्यांनी आधार देत मला कसेबसे उभे केले. मला दुखत असले तरी मी चालू शकतो आहे म्हटल्यावर साऱ्यांचाच जीव भांड्यात पडला. लूसी हे सारे बघून एवढी हादरली की टॅक्सीत बसण्यापूर्वी तिने पॅकीसमक्ष मला चक्क गच्च मिठीच मारली. तिच्या मिठीतून कशीबशी सुटका करून आणि पायाला फ्रॅकचर झाले नाही, याबद्दल देवाचे आभार मानत आम्ही हीथ्रो एअरपोर्ट गाठले. बाहेरून बर्फ लावून लावून थकल्याने शेवटी सॉक्सच्या आतमध्येच बर्फाचे खडे टाकून पुढचा बारा तासाचा प्रवास करून मी घरी पोहोचलो तर पूर्ण पाऊल पुरीसारखे फुगलेले मला दिसले. त्याकडे बघून आणि पावलांची वरती खालती आणि डावी-उजवीकडे न होणारी हालचाल बघून माझ्या ऑर्थोपेडिक मित्राने लिगामेंट तुटल्याचे निदान केले आणि किमान तीन आठवडे बँडेज बांधून पाय वरती करून बसावे लागेल असे जाहीर केले. हे ऐकून आता तीन आठवडे नुसते आडवे झोपून करू काय? असे म्हणत म्हणत मी आमचे सहलजीवन लिहायला सुरवात केली.

लेखक परिचय

श्रीनिवास रानडे ह्यांनी आपल्या करियर ची सुरवात फॅमिली फिजिशियन म्हणून केली. इंडस्ट्रियल हेल्थ ह्या विषयात प्राविण्य मिळवल्यानंतर महिंद्र आणि महिंद्र कंपनीचे मुख्य वैद्यकीय अधिकारी म्हणून त्यांची नियुक्ती झाली. ह्या भूमिकेत अकरा वर्षे ते काम करत होते. कोविद साथीच्या दरम्यान भारत भर पसरलेल्या कंपनीच्या साऱ्या कर्मचाऱ्यांच्या स्वास्थ्याची यशस्वी रित्या काळजी घेण्यामध्ये त्यांचे मोठे योगदान होते. निवृत्तीनंतरही कंपनीचे जेष्ठ वैद्यकीय सल्लागार म्हणून ते कार्यरत आहेत. श्रीनिवास रानडे ह्यांनी वैद्यकीय आणि इतरही विविध विषयांवरती मिश्किल रीतीने लिखाण केलेले असून ह्या प्रवास वर्णनात स्वतःच्या पत्नीस पॅकी ही पदवी बहाल करून ते नर्म विनोदी पद्धतीने साऱ्या सहलीत घडलेल्या गमती जमती आपल्याला कथन करतात.

Illustrations in the book by Bhushan Udgirkar.

www.ingramcontent.com/pod-product-compliance
Lightning Source LLC
LaVergne TN
LVHW091052150826
845673LV00002B/557

* 9 7 9 8 8 9 6 7 3 8 3 4 3 *